*Ngoài Hư Không
Có Dấu Chim Bay*

NGOÀI HƯ KHÔNG
CÓ DẤU CHIM BAY

HỘI ĐỒNG HOẰNG PHÁP
2025

NGOÀI HƯ KHÔNG CÓ DẤU CHIM BAY

Tuyển tập các bài thuyết trình và bài viết liên quan đến ngày Lễ Đại tường của Cố Trưởng Lão Hoà Thượng Thích Tuệ Sỹ

Chủ Trương:
Hội Đồng Hoằng Pháp

Chứng Minh:
HT. Thích Như Điển | HT. Thích Nguyên Siêu | HT. Thích Bổn Đạt

Ban Biên Tập:
Tâm Huy - Huỳnh Kim Quang | Tâm Quang - Vĩnh Hảo,
Nguyên Minh - Nguyên Minh Tiến | Thị Nghĩa - Trần Trung Đạo
Tâm Thường Định - Bạch Xuân Phẻ

Kỹ thuật:
Trí Nhân | Uyên Nguyên | Thiên Nhạn | Nhuận Pháp
Ban Biên Tập Thư Viện Phật Việt và Lotus Media

Trong số này:
Thích Nguyên Siêu | Thích Từ Lực | Tâm Nhãn | Thích Nữ Khánh Năng – Hạnh Thân | Nhã Ca | Nguyên Giác - Phan Tấn Hải | Tâm Huy - Huynh Kim Quang | Tâm Quang - Vĩnh Hảo | Nguyên Minh Nguyễn Minh Tiến | Nguyên Thọ - Trần Kiêm Đoàn | Thị Nghĩa - Trần Trung Đạo | Hoàng Ngọc Tuấn | Hoàng Quốc Bảo | Nguyên Quang | Huệ Đan | Thiên Nhạn

---

Tuyển tập *Ngoài Hư Không Có Dấu Chim Bay*
Lễ Đại tường của Cố Trưởng Lão Hoà Thượng Thích Tuệ Sỹ
Published by BBC & XB Hội Đồng Hoằng Pháp
First edition, 2025
ISBN 979-8-2954-4506-4
Cover design by Uyên Nguyên
Phật Việt Tùng Thư

MỤC LỤC

"Năm chầy đá ngủ lòng khe
Lưng trời cánh hạc đi về hoàng hôn."
Thơ **Tuệ** *Sỹ*

*"Year after year, the stones lie deep in the ravine,
Across the sky, a crane slowly wings its way
toward the sunset."*
Hạnh Thân translated.

LỜI GIỚI THIỆU
NGOÀI HƯ KHÔNG CÓ DẤU CHIM BAY

THÍCH NHƯ ĐIỂN

Để cúng dường và truy niệm Lễ Đại Tường của Hòa Thượng Tuệ Sỹ vào cuối tháng 11 năm 2025, Ủy Ban Phiên Dịch Trung Ương và Hội Đồng Hoằng Pháp của Giáo Hội Phật Giáo Việt Nam Thống Nhất đã chuẩn bị tương đối chu đáo ở các khâu tổ chức tại Hoa Kỳ, Âu Châu cũng như Việt Nam bằng nhiều hình thức khác nhau. Ủy Ban Phiên Dịch Trung Ương đã dịch và chú giải xong 7 tập Thanh Văn Tạng – đợt 3, và đã được đưa lên hệ thống Amazon. Hội Đồng Hoằng Pháp cho ấn hành sách Ngoài Hư Không Có Dấu Chim Bay gồm nhiều cây bút gạo cội của chư Tăng cũng như của các vị Đại Cư sĩ. Trong khi đó, tại chùa Phật Ấn ở Việt Nam, chư Tôn Đức Tăng Ni và đồng hương Phật tử cử hành Lễ Đại Tường của Ngài đúng vào ngày 12 tháng 10 âm lịch, nhằm ngày 1 tháng 12 năm 2025 (Thứ Hai), do Viện Tăng Thống đứng ra tổ chức.

Đọc qua những bài viết tưởng niệm, ca ngợi, tán thán công đức của Hòa Thượng Tuệ Sỹ trên các phương diện văn hóa, giáo dục, Phật học, ngôn ngữ, thi ca v.v... của chư Tôn Đức và quý vị Đại Cư sĩ hữu danh, tôi biết nói gì thêm để ca tụng Ngài. Trong lời giới thiệu này, tôi chỉ xin ghi lại đôi kỷ niệm như sau.

Khi đọc những bài viết trong Ngoài Hư Không Có Dấu Chim Bay, tôi thấy hầu hết quý vị đều có nhân duyên trực tiếp được thọ giáo, gặp gỡ, hoặc đọc sách của Ngài. Riêng tôi thì chưa được hạnh duyên ấy. Nhưng nhân duyên là vào năm 1980, khi Ngài và Giáo sư Trí Siêu Lê Mạnh Thát bị tuyên án tử hình, chúng tôi đã đi vận động, tranh đấu để nhờ các chính quyền Âu Châu can thiệp cho quý Ngài được trắng án. Sau đó, khi đọc được một bài thơ ngũ ngôn tứ tuyệt của Ngài, tôi sinh lòng khâm phục và ngưỡng vọng; và từ đó có nhân duyên được làm việc trực tiếp với Ngài từ năm 2020 cho đến ngày Ngài viên tịch 24.11.2023. Đó là bài:

Phụng thử ngục tù phạn
Cúng dường tối thắng tôn
Thế gian trường huyết hận
Bỉnh bát lệ vô ngôn

Tạm dịch:
Hai tay nâng bát cơm tù,
Cúng dường chư Phật ngàn thu một lòng.
Thế gian máu chảy chưa xong,
Nhìn cơm rơi lệ, chỉ mong không lời.

Vào giữa năm 2020, khi Ngài đang chữa bệnh tại Nhật Bản, một hôm tôi đang hướng dẫn đại chúng Viên Giác tu học thì có điện thoại từ Nhật Bản gọi sang. Tôi vừa ngạc nhiên vừa mừng, bởi lẽ Ngài là một danh Tăng, một bậc cao Tăng của Phật giáo Việt Nam mà tôi chưa hề được gặp, nhưng rất trân quý tinh thần hy sinh vì Đạo Pháp và Dân Tộc của Ngài. Do vậy, tôi đã hoan hỷ thừa hành nhiệm vụ Ngài giao phó về Hội Đồng Hoằng Pháp và Ủy Ban Phiên Dịch Trung Ương của Giáo Hội Phật Giáo Việt Nam Thống Nhất.

Từ ngày ấy trở đi, vào mỗi sáng thứ Bảy, tôi đều có nhân duyên hầu chuyện với Hòa Thượng Tuệ Sỹ qua điện thoại về những lãnh vực mà Ngài cần chỉ bảo. Đồng thời, tôi cũng xin đóng góp những ý kiến thiết thực của mình với tư cách là người đã ở ngoại quốc hơn 50 năm.

Tối ngày 23 tháng 11 năm 2023, Phái đoàn Hoằng Pháp của chúng tôi đang ở tại chùa Đại Nam, Nhật Bản. Thượng tọa Nguyên Tạng gặp tôi và báo tin rằng Hòa Thượng Tuệ Sỹ đã viên tịch hồi trưa. Vài ngày trước đó, Thầy Nguyên Tạng từ Việt Nam sang Nhật cũng đã giao cho tôi một số văn kiện quan trọng có ấn ký của Ngài về Hội Đồng Hoằng Pháp và việc Phiên Dịch Đại Tạng Kinh.

Nghe tin ấy, chúng tôi vô cùng bồi hồi và xúc động. Những ngày còn lại ở Nhật, chúng tôi đã nhờ Ni sư Như Tâm đưa đến chùa Tokurin (Đức Lâm) và chùa Tinh Tấn ở Hamamatsu để thăm lại căn phòng xưa nơi Ngài từng tá túc chữa bệnh. Nhìn cảnh cũ, nhớ người xưa, nay đã vắng bóng; chúng tôi chụp hình lưu niệm và tụng một bài kinh để hồi hướng đến Ngài, rồi ra đi.

Quyển sách này với những bài viết bằng tiếng Việt và bản dịch Anh văn đều có giá trị cao. Tôi nghĩ mình không thể tóm tắt từng bài, vì như thế lời giới thiệu sẽ quá dài. Chỉ bằng mỗi người trong chúng ta hãy tự đọc, chiêm nghiệm từng bài viết, từng nhận xét, từng kỷ niệm của mỗi tác giả – đó mới là điều đáng được khích lệ và quan tâm.

Vậy, tôi xin trang trọng giới thiệu tác phẩm này do Hội Đồng Hoằng Pháp ấn hành, để tri ân một bậc Thầy vĩ đại nhân Lễ Đại Tường vào cuối tháng 11 năm 2025; đồng thời xin chân thành cảm ơn tất cả chư Tôn Đức và quý Đại Cư sĩ đã đóng góp bài viết của mình cho tập sách giá trị này.

Thích Như Điển
Phương Trượng Tổ Đình Viên Giác, Hannover – Đức Quốc
Chánh Thư Ký Hội Đồng Hoằng Pháp
Chủ Tịch Ủy Ban Phiên Dịch Trung Ương

LỜI DẪN

Mới đó mà đã hai năm kể từ ngày Thầy Tuệ Sỹ viên tịch (24 tháng 11 năm 2023). Hai năm mà cứ ngỡ như hôm nào mới đây mỗi khi nhớ nghĩ về Thầy, với bao nỗi tiếc thương vô hạn!

Thầy ra đi để lại trống vắng trong lòng hàng triệu Tăng, Ni và Phật tử trong và ngoài nước! Đó là sự trống vắng hình bóng của một bậc Thầy mang trong mình cốt cách xuất trần thượng sĩ đầy đủ trí và bi của những trưởng tử Như Lai hiện thân vào đời ác năm trược để hoằng dương Phật Pháp và hóa độ chúng sinh. Hình bóng ấy của Thầy như là bóng cây đại thọ đã từng che chở, nuôi dưỡng và dạy dỗ cho nhiều thế hệ Tăng, Ni và Phật tử. Giữa một thời đại mà thật giả khó phân, pháp nhược ma cường, đạo đức suy vi như hiện nay thì hình bóng ấy của Thầy chính là hiện thân của sự thật, tịnh hạnh và vô úy.

Đối với hàng đệ tử, học trò và những ai đã từng thọ nhận ân đức giáo dục từ Thầy trực tiếp hay gián tiếp thì sự ra đi của Thầy là một mất mát không thể bù đắp! Vì thế, hai năm sau ngày Thầy ra đi chưa thể là thời gian đủ để làm nhạt phai hình bóng và những kỷ niệm của bậc tôn sư.

Bằng tấm lòng tôn kính và tiếc thương đối với vị ân sư và nhân Lễ Đại Tường của Thầy mà tuyển tập này được ra đời. Tuyển tập gồm những bài viết về Thầy từ các đệ tử, các học trò, và những bằng hữu gần xa là những người ngưỡng mộ nhân cách và tài năng siêu xuất của Thầy.

Mỗi bài viết trong tuyển tập này đều chứa đựng đầy ắp bao ân tình mà Thầy đã để lại trong tâm khảm của từng tác giả. Mỗi lời, mỗi chữ trong những bài viết của tuyển tập này là từng mảnh ký ức còn nóng ấm, là từng cảm nhận chân thành và sâu sắc, là từng âm ba hòa thành một giao hưởng xưng tụng tài năng và đức độ dị thường của bậc

Thầy ngàn năm khó gặp.

Và bây giờ, xin mời quý độc giả hãy chậm rãi bước vào tuyển tập.

Tâm Huy - Huỳnh Kim Quang *chấp bút*

PREFACE

It is hard to believe that two years have already passed since the Venerable Thầy Tuệ Sỹ entered parinirvāṇa on November 24, 2023. These two years feel as though they were only yesterday whenever we recall him—with boundless sorrow and longing.

His passing left a profound emptiness in the hearts of millions of monks, nuns, and lay Buddhists both within Vietnam and beyond. It marked the loss of the living presence of a great Teacher—one who embodied the noble qualities of a transcendent sage, endowed with wisdom and compassion, a true heir of the Tathāgata. He manifested in this defiled age of the Five Turbidities to proclaim the Dharma and liberate beings.

The image of Thầy was like the shade of a mighty tree—sheltering, nurturing, and guiding countless generations of monastics and lay disciples. In an era when truth and falsehood are difficult to discern, when the Dharma wanes and Māra's forces grow strong, and when moral integrity declines, his presence stood as the embodiment of truth, pure conduct, and fearlessness.

For the disciples, students, and all who directly or indirectly received the grace of his teaching, the passing of Thầy was an irreparable loss. Even two years after his departure, time has not been enough to diminish the image and memories of such a revered master.

Out of deep reverence and heartfelt sorrow for our benefactor, and on the occasion of his Đại Tường (Second-Year Memorial), this anthology has been created. It gathers writings about Thầy from disciples, students, and friends near and far—those who admired his extraordinary character and transcendent talent.

Each contribution in this volume is imbued with the gratitude and affection that Thầy instilled in the hearts of its authors. Every word and every line is a fragment of memory still warm—a sincere and profound reflection, a resonant note joining a symphony that extols the rare virtue and brilliance of a Teacher seldom seen even in a thousand years.

And now, we respectfully invite the reader to enter this anthology with slow and mindful steps.

Translated by **Nguyên Giác** *and* **Tâm Thường Định**

GIÁO HỘI PHẬT GIÁO VIỆT NAM THỐNG NHẤT
HỘI ĐỒNG HOẰNG PHÁP
LỄ ĐẠI TƯỜNG
TRƯỞNG LÃO HÒA THƯỢNG
THÍCH TUỆ SỸ
NGÀY 29 VÀ 30 THÁNG 11 NĂM 2025
TU VIỆN ĐẠI BI
13852 NEWLAND ST, GARDEN GROVE, CA 92844

GIÁO HỘI PHẬT GIÁO VIỆT NAM THỐNG NHẤT
HỘI ĐỒNG HOẰNG PHÁP

THÔNG BẠCH

LỄ ĐẠI TƯỜNG TRƯỞNG LÃO
HÒA THƯỢNG THÍCH TUỆ SỸ

Nam Mô Bổn Sư Thích Ca Mâu Ni Phật

Kính bạch chư tôn Thiền Đức Tăng, Ni,
Kính thưa quý Thiện Nam, Tín Nữ Phật tử,

Trưởng Lão Hòa Thượng Húy thượng Nguyên hạ Chứng, Hiệu Thích Tuệ Sỹ, đời thứ 44 Dòng Lâm Tế đã viên tịch vào ngày 24 tháng 11 năm 2023 tại Chùa Phật Ân, Việt Nam.

Trưởng Lão Hòa Thượng Thích Tuệ Sỹ là bậc Cao Tăng, Thạc Đức của Phật Giáo Việt Nam trong thời hiện đại.

Ngài là nhà giáo dục lớn của nhiều thế hệ Tăng, Ni và Phật tử Việt Nam từ Viện Đại Học Vạn Hạnh cho đến các Viện Cao Đẳng Phật Học như Hải Đức-Nha Trang và Quảng Hương Già Lam-Sài Gòn.

Ngài là nhà phiên dịch Tam Tạng Kinh Điển với các Kinh, Luận như Kinh Duy-ma-cật Sở Thuyết, Kinh Thắng Man, bốn bộ Kinh A-hàm, Luận Câu-xá, Luận Thành Duy Thức, v.v..., đặc biệt là vào cuối năm 2021 Ngài đã phục hoạt công trình phiên dịch Đại Tạng Kinh Việt Nam do Viện Tăng Thống GHPGVNTN thành lập vào năm 1973.

Ngài là nhà nghiên cứu Phật Học với nhiều tác phẩm giá trị như Huyền Thoại Duy-ma-cật, Thắng Man Giảng Luận, Triết Học Về Tánh Không, Tổng Quan Về Nghiệp, Thiền Định Phật Giáo, v.v...

Ngài là nhà văn, nhà thơ với nhiều thi phẩm đặc sắc như Tô Đông Pha Những Phương Trời Viễn Mộng, Giấc Mơ Trường Sơn, Thiên Lý Độc Hành, v.v...

Ngài là nhà lãnh đạo đã có công duy trì mạng mạch của GHPGVNTN trong hoàn cảnh khó khăn và bế tắc. Ngài là người đặc biệt quan tâm đến việc truyền bá Phật Pháp đến thế hệ con em mà cụ thể là tổ chức Gia Đình Phật Tử Việt Nam.

Để tưởng niệm một bậc Thạch Trụ Tòng Lâm đã có nhiều cống hiến to lớn đối với Dân Tộc và Phật Giáo Việt Nam, Hội Đồng Hoằng Pháp GHPGVNTN sẽ tổ chức Lễ Đại Tường của Trưởng Lão Hòa Thượng Thích Tuệ Sỹ vào Thứ Bảy và Chủ Nhật, ngày 29 và 30 tháng 11 năm 2025 tại Tu Viện Đại Bi, 13852 Newland St, Garden Grove, CA 92844. Chương Trình gồm:

– Thứ Bảy, ngày 29-11-2025, từ 4:30 đến 7:30 giờ chiều:
Chiều thơ nhạc thiền và tọa đàm để tưởng niệm về những đóng góp của Trưởng Lão Hòa Thượng Thích Tuệ Sỹ trong lãnh vực tư tưởng, văn học, văn hóa, dân tộc và Phật Giáo Việt Nam.

– Chủ Nhật, ngày 30-11-2025, từ 10 đến 11 giờ sáng:
Cử hành nghi thức Lễ Đại Tường, tuyên đọc tiểu sử Trưởng Lão Hòa Thượng Thích Tuệ Sỹ, và giới thiệu công trình phiên dịch Đại Tạng Kinh Việt Nam đã ấn hành Thanh Văn Tạng đợt 3.

Mọi chi tiết, xin liên lạc TT. Thích Hạnh Tuệ tại số (619) 278-9837; Cư sỹ: Thị Nghĩa Trần Trung Đạo tại số (781) 424-6811 và Htr. Tâm Thường Định – Bạch Xuân Phẻ tại số (916) 607-4066 hoặc Email là hdhp.bbc@gmail.com

Thay mặt Hội Đồng Hoằng Pháp GHPGVNTN, nhất tâm cung thỉnh chư tôn Thiền Đức Tăng, Ni từ bi quang lâm chứng minh và hộ niệm; đồng thời thành tâm kính mời quý Thiện Nam, Tín Nữ Phật tử và các anh chị em Gia Đình Phật Tử Việt Nam hoan hỷ tham dự đông đủ để tỏ lòng tri ân công hạnh cao dày của bậc Đại Sĩ đã vì chúng sinh mà hiện thân vào cõi đời này để hoằng dương Phật Pháp.

Nam Mô Thập Phương Thường Trú Tam Bảo tác đại chứng minh.

San Diego, California, Ngày 20 tháng 10 năm 2025
TM. Hội Đồng Hoằng Pháp GHPGVNTN,
Trưởng Ban Tổ Chức
Phó Thư Ký HĐHP
(Ấn ký)
Tỳ-kheo Thích Nguyên Siêu
Viện Chủ Chùa Phật Đà, San Diego, CA.

TIỂU SỬ HÒA THƯỢNG THÍCH NGUYÊN CHỨNG HIỆU: TUỆ SỸ

Hòa thượng Thích Tuệ Sỹ, thế danh Phạm Văn Thương, sinh ngày 15-2-1943 theo khai sanh (gia đình khai tăng tuổi để thầy đi học), tuổi thật sinh ngày 05 tháng 4 năm 1945 (nhằm ngày 23 tháng 02 năm Ất dậu), tại tỉnh Paksé, Lào;

Thân phụ: Cụ ông Phạm Văn Phận, Pháp danh Trung Thảo, Thân mẫu: Cụ bà Đặng Thị Chín, Pháp danh Diệu Chánh,

Đồng nguyên quán xã Nghĩa Ninh, Đồng Hới, Quảng Bình, Trung phần Việt Nam.

Thuở nhỏ Thầy thường được theo mẹ đi chùa làng gần nhà, là nhân duyên để đến lúc Thầy chỉ muốn ở chùa không về nhà nữa. Năm 1952, do chạy giặc, Thầy được cha mẹ gởi lên chùa hành điệu hầu sư phụ là Hòa thượng khai sơn chùa Trang Nghiêm, làng Tân An, tỉnh Paksé, Lào. Năm 1954, 9 tuổi, Thầy chính thức được thế phát xuất gia tại chùa này. Đến năm 12 tuổi, vị Trụ trì chùa nhận thấy khả năng và thiên tư đặc biệt của người học trò này, đã khuyên gia đình nên đưa Thầy về Việt Nam để rộng đường tu học. Năm 1960 Thầy trở về Việt Nam, sống xa gia đình tại chùa Bồ đề, một ngôi chùa nhỏ gần cầu Gia Hội, Huế. Hành trang Thầy lúc đó là bộ Diệu Pháp Liên Hoa Kinh chữ Hán Thầy luôn giữ bên mình, đến năm 1968 do biến cố Tết Mậu thân mới bị lạc mất ở chùa Từ Đàm, Huế. Chú của Thầy là Hòa thượng Thích Trí Quang, một nhà lãnh đạo nổi danh của Phật Giáo trong thập niên 1960, lúc ấy cũng đang sống tại Huế.

Tuy vậy với bản tính độc lập, Thầy đã một mình giong ruổi qua các địa phương: Huế, Nha Trang, Sài Gòn, Tiền Giang và các tỉnh miền

Nam, tự lập và sống nương nhờ các tự viện lớn nhỏ. Năm 1961, 16 tuổi, Thầy thọ giới Sa-di với Hòa thượng Thích Hành Trụ tại Sài Gòn. Năm này, Thầy thọ an cư Sa-di giới đầu tiên tại chùa Phật Ân, tỉnh Tiền Giang cùng với thầy Trí Minh. Sau cùng Thầy được Hòa thượng (viết tắt là HT) Thích Trí Thủ nhận về thiền viện Quảng Hương Già-lam ở Gò Vấp, Sài Gòn. Thầy tốt nghiệp Viện Cao Đẳng Phật Học Sài Gòn năm 1964, học tại Viện Đại Học Vạn Hạnh, Phân khoa Phật học niên khóa 1965. Với các bài viết về Thế Thân (Vasubandhu), về A-tỳ-đạt-ma câu-xá luận, HT Thích Đức Nhuận là người đầu tiên phát hiện tài năng của người tu sĩ trẻ, đã giới thiệu Thầy vào Viện ĐH Vạn Hạnh. HT Thích Mãn Giác phó Viện trưởng lúc đó đã đề nghị Viện trao bằng Cử nhân cho Thầy, nhưng Thầy xin phép được từ chối.

Thầy được đặc cách bổ nhiệm Giáo sư thực thụ Viện Đại Học Vạn Hạnh từ năm 1970 nhờ những công trình nghiên cứu Phật học và những khảo luận Triết học có giá trị cao như Đại Cương Về Thiền Quán, do Đại lão HT Thích Đôn Hậu giới thiệu, Liên Hoa ấn quán in 1967, Triết Học về Tánh Không (An Tiêm xuất bản, Saigon 1970), v.v... Sau đó Thầy kiêm Xử lý Khoa trưởng Phân khoa Phật học tại Đại học này (niên khóa 1972-1973). Thầy tinh thông chữ Hán, biết nhiều ngoại ngữ như Anh, Pháp, Lào, Thái, Nhật, Tây Tạng, thông thạo hai cổ ngữ Pali và Sanskrit. Thầy cũng đọc hiểu tiếng Đức, nghiên cứu kỹ về Heidegger và Hoelderlin. Cuốn *Thiền Luận* nổi tiếng của D.T. Suzuki bản Việt ngữ tập 2 và 3 là do Thầy dịch, in và tái bản nhiều lần từ 1972 đến 1975.

Năm 1973, HT. Thích Trí Thủ thấy Thầy mãi lo việc nghiên cứu và giảng dạy, Ngài đã đốc thúc Thầy chuẩn bị thọ Đại giới Tỳ-kheo, và Sa-di Tuệ Sỹ đã chính thức thọ giới Cụ túc tại Đại giới đàn Phước Huệ tổ chức tại Phật học viện Trung phần, Nha Trang năm 1973, với HT. Đàn đầu Thích Phúc Hộ, HT. Yết-ma Thích Giác Tánh, Giáo thọ sư HT. Thích Trí Nghiêm, Thích Huệ Hưng.

HT. Tuệ Sỹ không chỉ uyên bác về Phật Giáo Nguyên Thủy và Đại Thừa, Thầy còn tinh thông triết học Tây phương, văn chương, thơ, âm nhạc. HT nghiên cứu thẳng từ nguyên tác của các văn nhân, thi sĩ nổi tiếng của Trung quốc như Tô Đông Pha, Lý Hạ, Đỗ Phủ... Ngoài những khảo luận Triết học và Phật học, HT đã viết tác phẩm đầy thi vị: '*Tô Đông Pha, Những Phương Trời Viễn Mộng*' (Ca Dao xb, Sài Gòn, 1973). Về âm nhạc, HT chơi đàn guitar, violon, piano, thổi sáo. Thầy tìm hiểu âm nhạc dân tộc, lại rất am tường nhạc cổ điển Tây phương. HT làm nhiều thơ, viết một số truyện ngắn và các tiểu luận triết học, phê bình văn học đặc sắc, phần lớn đăng trên các tạp chí Khởi Hành (1969-1972) và Thời Tập (1973-1975) tại Sài Gòn. Đồng thời HT cũng là Tổng thư ký tòa soạn Tạp chí Tư Tưởng của Đại học Vạn Hạnh. Tập thơ đặc sắc bằng chữ Hán, 'Ngục trung mị ngữ' được HT làm trong tù sau năm 1975, và các tập thơ 'Giấc mơ Trường sơn', 'Những điệp khúc cho dương cầm', 'Thiên lý độc hành' sau này đã được dịch ra Anh, Pháp, Nhật ngữ, phát hành rộng rãi tại hải ngoại.

Từ trẻ HT đã thuộc lòng các bộ Kinh Pháp Hoa, Kim Cang, Thắng Man, Duy-ma- cật... Duy-ma-cật sở thuyết là bộ kinh nêu cao tinh thần sống đạo mà chẳng cần y áo hay sự suy tôn kiểu cách. Có thể nói, tư tưởng Bồ-tát đạo trong kinh này và bộ kinh Pháp Hoa đã ảnh hưởng suốt cuộc đời tu học và hành Đạo của Thầy. Với kiến thức Phật Học uyên thâm, HT đã viết giảng luận "Huyền thoại Duy-ma-cật", và đi theo hình mẫu lý tưởng này, HT đã không ngại dấn thân phụng sự, và ngài đã trở thành biểu tượng của sự đấu tranh ôn hòa cho các giá trị nhân quyền và tự do tôn giáo tại Việt Nam.

Năm 1973 HT về Nha Trang làm Giám học Phật học viện Trung phần (tức Viện Cao Đẳng Phật Học Hải Đức), do HT Thích Trí Thủ làm Giám Viện.

Năm 1975, HT Tuệ Sỹ đang phụ trách giảng dạy tại Phật học viện Trung phần, Nha Trang. Sau biến cố 30/4/1975, cơ sở này bị đóng cửa, HT về ẩn cư tại một miếng rẫy chùa ở ven rừng Vạn Giã, cách Nha Trang chừng 60 km.

Đến năm 1977, HT vào Sài Gòn lánh nạn ở chùa Tập Thành quận Bình Thạnh. Năm 1978, HT bị nhà cầm quyền bắt giam 3 năm không xét xử (tội cư trú bất hợp pháp), cuối năm 1980 thì được phóng thích.

Do hoàn cảnh mấy năm lang thang và ở tù, nhận thấy giới thể bị ảnh hưởng, có thể không thanh tịnh (*), HT được thọ lại Đại giới Cụ túc tại Quảng Hương Già-lam năm 1982 do HT. Thích Trí Thủ làm đàn đầu, HT. Thích Trí Quang làm tôn chứng, HT. Thích Trí Tịnh làm tuyên luật sư.

Từ năm 1980 đến 1984, HT làm Giáo thọ sư cho khóa đào tạo đặc biệt tại Tu Viện Quảng Hương Già-lam do Trưởng Lão HT Thích Trí Thủ làm Giám Viện.

Tháng 4/1984, HT lại bị bắt cùng Giáo sư Trí Siêu Lê Mạnh Thát và 17 tăng ni, cư sĩ Phật tử. Trong phiên tòa kéo dài nhiều ngày vào cuối tháng 9 năm 1988, không chấp nhận luật sư chỉ định biện hộ mà hai thầy tự biện hộ cho mình, nhà cầm quyền đã kết án TỬ HÌNH hai Thầy Tuệ Sỹ và Trí Siêu vì tội "âm mưu lật đổ chính quyền".

Do sự tranh đấu tích cực của các nhân sĩ trong và ngoài nước, cùng sự can thiệp của các cơ quan nhân quyền quốc tế, Hà Nội phải vội vã giảm án hai Thầy xuống còn 20 năm khổ sai, đem giam HT tại Xuân Lộc, Đồng Nai, sau đó chuyển riêng HT ra trại A-20 tỉnh Phú Yên. Tháng 10/1994, với sự phản kháng trong tù, HT bị nhà cầm quyền tách đưa ra trại giam Ba sao, miền Bắc. Hòa thượng Thích Tuệ Sỹ đã được Tổ chức Human Rights Watch trao giải thưởng tranh đấu nhân quyền (Hellman-Hammett Awards) cùng với 7 nhà đấu tranh khác vào ngày 03/8/1998.

Năm 1998, Hà Nội trả tự do cho Hòa thượng, cùng với một số người khác. Trước đó, HT đã tuyệt thực trong tù. Vì trước khi thả, nhà cầm quyền áp lực buộc HT ký vào lá đơn gửi ông Chủ tịch nước "xin khoan hồng", HT đã trả lời nội dung: "Chúng tôi đã không công nhận giá trị của phiên tòa này, tính pháp lý của bản án này, các ông không có quyền giam giữ chúng tôi thì sao lại có quyền khoan hồng hay ân xá chúng tôi." Công an thuyết phục: không viết đơn thì không có lý do để thả được. HT đã khẳng khái đáp: "Đó là việc của các ông; nhưng nếu các ông cứ áp lực buộc chúng tôi ký đơn, tôi sẽ tuyệt thực phản đối." Và Hà Nội đã phải trả tự do cho HT vào ngày 01/9/1998, sau 10 ngày Thầy không ăn và tiếp theo cả không uống, tổng cộng 14 ngày. Hòa thượng Tuệ Sỹ tuyệt thực một mình, không có tổ chức, bên ngoài không biết. Thấy sức khỏe HT suy sụp nhanh chóng, chính quyền đã vội đưa bác sĩ vào xin điều trị, và đưa Thầy ra khỏi trại giam.

Ngày 02/9/1998, lúc 10 giờ 45, Hòa thượng Tuệ Sỹ được đưa lên xe lửa về Nam. Ngồi suốt 36 tiếng đồng hồ trên xe với sức khỏe rất yếu sau khi tuyệt thực trong tù, HT không chịu nổi nên được đưa xuống ga Nha Trang, về tạm ở Phật học viện Hải Đức. Ít lâu sau công an lại ra lệnh HT phải về chùa Già Lam ở Sài-gòn, không được phép ở Nha Trang. Hòa thượng từ chối, viết một lá thư gửi cho nhà cầm quyền, nói "một là tôi tự do ở đâu tôi muốn, hai là vào tù trở lại, chứ mấy ông không thể thả tôi ra khỏi nhà tù nhỏ để nhốt tôi vào nhà tù lớn hơn là cả đất nước này". Tin này lập tức được loan truyền trên báo chí hải ngoại thời đó.

Trước sau, Hòa thượng đã lãnh một án tử hình, 17 năm tù đày và ba lần bị quản thúc, trải qua các nhà tù khắc nghiệt khắp nam trung bắc. Tuy nhiên điều đó vẫn không thể thay đổi được một người đã quyết tâm sống trọn vẹn với những giá trị mình đã lựa chọn, và vẫn giữ được lòng thanh thản bao dung không chút oán hận của Thầy.

Tháng 4 năm 1999, Hòa thượng Thích Quảng Độ đề cử Hòa thượng Thích Tuệ Sỹ làm Tổng Thư Ký Viện Hóa Đạo GHPGVNTN.

Năm 2002, với trách nhiệm Đệ Nhất Phó Viện Trưởng Viện Hóa Đạo, Hòa thượng Thích Tuệ Sỹ là một trong những nhà lãnh đạo Giáo Hội Phật Giáo Việt Nam Thống Nhất, là người đóng góp rất nhiều cùng với nhị vị Hòa Thượng Thích Huyền Quang và Thích Quảng Độ trong công cuộc đấu tranh đòi hỏi quyền tự do tôn giáo tại Việt Nam, nhất là quyền phục hoạt của Giáo hội Phật giáo Việt Nam Thống nhất.

Những lời tuyên bố của người tù lương tâm tôn giáo Thích Tuệ Sỹ tại tòa án, cũng như khí phách kiên cường lúc trong tù, là tấm gương sáng, là niềm tự hào của Phật giáo và của dân tộc: "*Lập trường của chúng tôi là lập trường của Phật giáo, là lập trường của toàn khối dân tộc.*" Đối với Hòa thượng Tuệ Sỹ, sức mạnh của Phật giáo không phải là

Chính trị, mà là Văn hóa và Xã hội, trong đó Giáo dục có vai trò rất quan trọng. Nhưng công cuộc giáo dục này phải do Giáo hội độc lập đề ra, không thể chịu sự kiểm soát hay áp đặt của bất cứ thế lực nào, thì mới mong đào tạo ra những thế hệ tăng ni có tài đức để phụng sự xã hội, xứng danh trong hàng Tăng Bảo.

Tiếp đến, đầu tháng 3/2003, Hòa thượng Tuệ Sỹ khâm lệnh Đại lão Hòa thượng Thích Huyền Quang, từ nơi bị quản thúc tại Quảng Hương Già-lam, Thầy đã tháp tùng Hòa thượng Thích Huyền Quang ra Hà Nội chữa bệnh và chuẩn bị gặp Thủ tướng đương thời là ông Phan Văn Khải, để yêu cầu ngài Thủ tướng giải quyết việc đã đình chỉ sinh hoạt của GHPGVNTN từ sau năm 1975, cũng như sự cấm đoán, quản chế không xét xử bản thân Hòa thượng cùng với HT. Thích Quảng Độ và một số Tăng ni, Phật tử khác. Trong dịp này, đại diện ngoại giao của 6 nước thành viên Khối Liên Âu và Hoa Kỳ tại Hà Nội đã chủ động tìm gặp Hòa thượng Tuệ Sỹ, mời Hòa thượng đến thăm, làm việc tại trụ sở ngoại giao của phái bộ Liên Âu ở Hà Nội. Họ đón Hòa thượng đi một mình, không có thị giả, người phiên dịch.

Ngày 01/10/2003, Hòa thượng đã cùng nhị vị Hòa thượng Thích Huyền Quang, Thích Quảng Độ tổ chức Đại hội bất thường GHPGVNTN tại Tu viện Nguyên Thiều, Bình Định. Sau Đại hội này, hai vị Đại lão Hòa thượng cũng như Hòa thượng Tuệ Sỹ và một số Tăng ni tham dự đã bị nhà cầm quyền quản chế mỗi người một nơi, giám sát chặt chẽ. Tuy nhiên với tinh thần 'uy vũ bất năng khuất', Hòa thượng đã sát cánh cùng nhị vị HT Thích Huyền Quang, Thích Quảng Độ ủy thác cho các GHPGVNTN Hải ngoại tổ chức Đại hội bất thường GHPGVNTN tại Tu Viện Quảng Đức, Melbourne, Úc Châu trong cùng năm 2003. Chính Đại hội này đã công bố đầy đủ nhân sự lãnh đạo Giáo hội trong nước và hải ngoại, và toàn thể Tăng ni Phật tử đã suy tôn Đại lão HT Thích Huyền Quang lên ngôi vị Đệ tứ Tăng thống GHPGVNTN.

Năm 2008, đức Đệ Tứ Tăng thống GHPGVNTN Thích Huyền Quang viên tịch. Ngôi vị được trao lại cho Đại lão HT Thích Quảng Độ truyền thừa, là Đệ Ngũ Tăng thống GHPGVNTN.

Từ đây, Hòa thượng Tuệ Sỹ được yên tâm dành hết thời gian và sức lực cho công việc trước tác, phiên dịch Phật ngôn, và đào tạo từng nhóm tăng ni đủ trình độ nghiên cứu Phật học, phiên dịch kinh điển sau này. Trong thời gian này HT đã hoàn thành phiên dịch, hiệu đính 4 bộ kinh A-hàm, kinh Duy-ma-cật sở thuyết, bộ Luật Tứ phần, các bộ Luận Thành Duy Thức, A-tì-đạt-ma Câu-xá, và nhiều trước tác khác...

Tháng 03/ 2019, Đại lão HT Đệ Ngũ Tăng thống GHPGVNTN dự tri thời chí, biết sức khỏe không còn nhiều, Ngài đã mời HT Thích Tuệ Sỹ đến gặp tại chùa Từ Hiếu, quận 8, Sài Gòn để phú chúc di ngôn và ấn tín của Viện Tăng thống GHPGVNTN, ủy nhiệm Hòa thượng Tuệ Sỹ lãnh đạo, xử lý thường vụ Viện Tăng thống sau khi Ngài viên tịch.

Đến tháng 02/2020 Đại lão HT Đệ Ngũ Tăng thống GHPGVNTN thuận thế vô thường, an nhiên thị tịch tại chùa Từ Hiếu. Lúc này, HT Thích Tuệ Sỹ đang chữa trọng bệnh tại Nhật Bản và bị mắc kẹt tại đây do đại dịch Covid, không thể về nước.

Tháng 10/2020 ngay khi có lại các chuyến bay thương mại, Hòa thượng là một trong số người đầu tiên về nước, dù lúc đó các bác sĩ Nhật Bản khuyên nên ở lại chữa trị, nếu không thì cuộc sống không thể kéo dài quá 6 tháng.

Qua năm 2021, đại dịch Covid bùng phát trở lại ở châu Á trong đó có Việt Nam, mà nặng nhất là Sài-gòn. Với sự phong tỏa chống dịch nghiêm ngặt của chính quyền, mọi dịch vụ y tế lúc đó bị đình trệ ngoại trừ việc chữa bệnh Covid, tuy nhiên Hòa thượng vẫn kiên trì mạnh mẽ chống chọi cơn bạo bệnh để hàng ngày vẫn ngồi bên bàn dịch Kinh, hiệu đính các tác phẩm, tổ chức sắp xếp thư mục cho công trình phiên dịch Đại tạng kinh Việt Nam được thực hiện theo đúng tiêu chuẩn học thuật quốc tế.

Tháng 11/2021 Ngài chủ trì Đại hội lần thứ nhất của Hội đồng Hoằng pháp, quyết định thành lập Hội đồng Phiên dịch Tam tạng Lâm thời để kế thừa Hội đồng Phiên dịch Tam tạng do chư tôn Trưởng lão Hội đồng Giáo phẩm Trung ương – Viện Tăng thống

GHPGVNTN đã thành lập từ năm 1973 nhưng sau đó bị gián đoạn do chiến tranh và nhiều chướng duyên khác.

Ngày 03/12/2021 Hội đồng Phiên dịch Tam tạng Lâm thời chính thức được thành lập theo Thông bạch số 11/VTT/VP. Từ đây, công việc phiên dịch, hiệu đính, chứng nghĩa chuyết văn và tổ chức in ấn được đẩy mạnh, thảy thảy đều theo quy củ đã định, để cuối cùng hình thành 29 tập đầu tiên được khởi in trong năm 2022, với công đức dự phần của các bậc Tôn túc cho đến Tăng ni, Phật tử trong và ngoài nước, đặt nền móng cho công trình Đại Tạng Kinh VN chính thức được tiếp nối từ Hội nghị Toàn thể Hội đồng Phiên dịch Tam tạng tháng 10/1973.

Qua năm 2022:

Ngày 21/8, tại chùa Phật Ân, Long Thành, Đồng Nai, Hội đồng Giáo phẩm Trung ương GHPGVNTN đã suy cử HT. Thích Tuệ Sỹ đảm nhiệm trách vụ Chánh thư ký kiêm Xử lý thường vụ Viện Tăng Thống.

Tiếp ngày 22/8 tại chùa Từ Hiếu, quận 8, Sài-gòn, đã cử hành lễ truyền trao ấn tín và khai ấn Viện Tăng Thống cho Hòa thượng.

Từ đó, Hòa thượng đã dành hết thời gian và sức khỏe còn lại để chuyên tâm phiên dịch kinh tạng, hiệu đính, chứng nghĩa cho các dịch phẩm của hàng hậu bối.

Những ngày cuối đời, từ giường bệnh, Hòa thượng đã cẩn thận sắp xếp, dặn dò những việc cần làm của GHPGVNTN cũng như công trình phiên dịch Đại Tạng Kinh Việt Nam cho các Hội đồng, sau đó đã thuận thế vô thường thâu thần thị tịch tại chùa Phật Ân, huyện Long Thành, tỉnh Đồng Nai, Việt Nam, vào lúc 16:00 giờ, ngày 24 tháng 11 năm 2023, nhằm ngày 12 tháng 10 năm Quý Mão, trụ thế 79 năm, giới lạp 46*.

---

* *Giới lạp là lấy số năm thọ Cụ túc làm tuổi; hạ lạp là lấy số năm an cư kết hạ làm tuổi. Giới lạp của Hòa thượng Tuệ Sỹ nếu tính từ khi thọ đại giới (1973) đến khi viên tịch (2023) là 50 năm; nhưng khi còn sinh tiền, Hòa thượng có căn dặn là trừ bớt 4 năm lang thang bất định và ở tù mà Hòa thượng tự xét là "giới thể có thể bị ảnh hưởng, không thanh tịnh." Vì lẽ đó, môn đồ pháp quyến phụng mệnh ân sư, chỉ ghi 46 giới lạp.*

Sự ra đi của Hòa thượng không chỉ là mất mát lớn lao của GHPGVNTN mà còn là niềm đau chung của Phật giáo Việt Nam, cũng như là sự khuất bóng đáng tiếc của một anh tài tinh hoa Dân tộc; nhưng di sản Văn hóa, Giáo dục to lớn mà Hòa thượng để lại xứng đáng làm tư lương tối thiết cho hành giả và học giả muôn đời sau.

Nam mô Từ Lâm Tế Chánh tông tứ thập tứ thế, Việt Nam Phật Giáo Thống Nhất Giáo Hội, Tăng Thống Viện Chánh Thư Ký Xử lý Thường Vụ, húy thượng NGUYÊN hạ CHỨNG, hiệu TUỆ SỸ, Trưởng lão Hòa thượng Giác linh thùy từ chứng giám.

Sài Gòn ngày 24/11 năm 2023.

Môn đồ Pháp quyến

BIOGRAPHY OF THE MOST VENERABLE THÍCH NGUYÊN CHỨNG

DHARMA / PEN NAME: TUỆ SỸ

The Most Venerable Thích Tuệ Sỹ (TTS), birth name Phạm Văn Thương, was born on February 15, 1943, as per his birth certificate (his family increased his age for schooling). His real birth date was April 5, 1945 (February 23 of the Year of the Rooster) in Paksé province, Laos.

Father: Mr. Phạm Văn Phận, Dharma name Trung Thảo.

Mother: Mrs. Đặng Thị Chín, Dharma name Diệu Chánh.

Both parents were originally from Nghĩa Ninh, Đồng Hới, capital city of Quảng Bình province, Central Vietnam.

When he was young he used to accompany his mother to the village Buddhist pagoda close to their house, which was what eventually led him to the point where he wanted to spend all of his time at the pagoda and not return home. During wartime in 1952, his parents sent him to the Trang Nghiêm pagoda in Tân An village, Pakse province, Laos, to assist the founding Venerable. In 1954 he was ordained as a Novice at this pagoda at the age of nine. At 12 years old he was encouraged to return to Vietnam to continue his studies when the pagoda's Abbot recognized his special qualities and abilities. In 1960 he returned to Vietnam by himself and lived at Bồ đề Pagoda, close to the Gia Hội Bridge in Hue. His main possession at the time was the *Diệu Pháp Lotus Sutra*, written in Chinese. That *Sutra* was lost in the Từ Đàm Pagoda in Huế as a result of the 1968 Tết Offensive. His uncle was The Most Venerable Thích Trí Quang, a well-known Buddhist leader from the 1960s who lived in Huế at the time.

However, due to his independent nature, he traveled alone through places like Huế, Nha Trang, Saigon, Tiền Giang, and other southern provinces. He lived and studied in both big and small pagodas. In 1961, at 16, he was ordained as a novice monk with The Most Venerable Thích Hành Trụ in Saigon. Eventually, he was accepted by The Most Venerable Thích Trí Thủ into the Quảng Hương Già-lam Zen Monastery in Gò Vấp, Saigon. TTS graduated from the Saigon College of Buddhist Studies in 1964 and from the Faculty of Buddhist Studies at Vạn Hạnh University in 1965. After his research on Câu-xá luận, The Most Venerable Thích Mãn Giác, then the Vice-President, proposed to grant him a Bachelor degree from Vạn Hạnh University, but he respectfully declined.

In 1970, he was appointed as a professor at Vạn Hạnh University due to the excellence of his Buddhist research works and philosophical treatises. Among his contributions, the 'Outline of Meditation' (published by Liên Hoa in 1967) and the 'Philosophy of Emptiness' (published in Saigon by An Tiêm in 1970) stood out. From 1972-1973, he served as professor and head of the Buddhist Studies department at the same university. He was fluent in classical Chinese and also knew English, French, Lao, Thai, and Japanese. He was also fluent in Pali and Sanskrit, two ancient languages. In addition to reading and comprehending German, he meticulously studied the works of Heidegger and Hoelderlin. Before 1975, he translated, printed, and republished the second and third volumes of D.T. Suzuki's famous 'Essays in Zen Buddhism multiple times.

In 1973, the Most Venerable Thích Trí Thủ noted that Tuệ Sỹ was deeply engrossed in research and teaching. He advised him to prepare for ordination as Bhikkhu (Upasampada). Consequently, the novice monk Tuệ Sỹ officially received full ordination at the Phước Huệ Great Ordination Platform held at the Buddhist Academy in Central Vietnam in Nha Trang in 1973, led by The Most Venerable Thích Phúc Hộ. Other prominent figures at the ceremony included

The Most Venerable (Kammavācācariya – Yết Ma) Thích Giác Tánh, The Most Venerable Acarya Thích Trí Nghiêm, and The Most Venerable Acarya Thích Huệ Hưng.

The Most Venerable Thích Tuệ Sỹ was well-versed not only in Theravāda Buddhism and Mahayana Buddhism but also in Western philosophy, literature, poetry and music. TTS conducted his research and studies from the original works of renowned Chinese authors and poets, including Su Dongpo (Tô Đông Pha), Li He (Lý Hạ), Du Fu (Đỗ Phủ), and others. Beyond philosophical and Buddhist discourses, TTS authored the intriguing work 'Tô Đông Pha, The Distant Dreamy Skies' (1973, Ca Dao, Saigon). TTS was also a musician who played the guitar, violin, piano, and flute. He was well-versed in both traditional Vietnamese music and Western classical. A large volume of his works, poetries, short stories, philosophical essays, and outstanding literary critiques appeared in the Saigon-based magazines "Khởi Hành" (1969-1972) and "Thời Tập" (1973-1975). TTS was the editor-in-chief of Vạn Hạnh University's "Tư Tưởng—Thought" magazine. His extraordinary poetry publication, written in Chinese, 'Ngục Trung Mỵ Ngữ,' was composed during his imprisonment after 1975. His poetry collections 'Giấc mơ Trường sơn' (the Trường Sơn Dream [Annamite Mountain Range Dream]), 'Những điệp khúc cho dương cầm (Refrains for Piano), and Thiên lý độc hành' (Odyssey Unto Self) were later translated and extensively published internationally in English, French, and Japanese.

At an early age, TTS memorized the Lotus Sutra, Vajracchedika, Śrīmālā-siṃhanāda-sūtra (The Sutra of Queen Śrīmālā of the Lion's Roar), and Vimalakirti Sutra, which are filled with tales of Bodhisattvas who self-sacrificed to save suffering sentient beings. The Vimalakirti Sutra emphasizes the spirit of living the path without monk's robes or other overt religious manifestations. A lay Bodhisattva named Vimalakirti once profoundly stated, "My malady is the ailment of sentient beings. So long as any sentient being suffers, I will continue to suffer to serve them." Inspired by this ideal,

The Most Venerable Thích Tuệ Sỹ composed the discourse "The Legend of Vimalakirti" using his extensive Buddhist knowledge. TTS devoted himself wholeheartedly to becoming a symbol of the non-violent fight for human rights and religious liberty in Vietnam.

In 1973, he moved to Nha Trang to take the position of academic coordinator of the Hải Đức College of Buddhist Studies.

After the event of 30 April 1975, this institution was shut down. TTS retreated to a monastery plot on the fringes of Vạn Giã forest, approximately 60 kilometers from Nha Trang.

By 1977, he relocated to Saigon and resided in the Gò Vấp district at Già Lam Temple. Beginning in 1978, the government of the Socialist Republic of Vietnam imprisoned him without trial for three years for staying without a registrational permit. His release occurred in early 1981.

Due to the circumstances of several years of wandering and being in prison, realizing that his precepts were affected and possibly impure*, he was fully re-ordained a Bikkhu in Quảng Hương Già-lam in 1982 by the Most Venerable Thích Trí Thủ, who led the ceremony, the Most Venerable Thích Trí Quang as Venerable Witness, and the Most Venerable. Thích Trí Tịnh delivered the Upasampadā Precepts.

The Most Venerable Thích Tuệ Sỹ was a Dharma instructor for a special training course at Quảng Hương Già Lam Monastery from

---

* *In Buddhist monastic tradition, the seniority of a monk, often referred to in terms of 'Observing the Precepts Age' (Giới lạp), is determined by the number of years since their complete ordination. On the other hand, 'Hạ Lạp' refers to the number of summer retreats a monk has completed. The Most Venerable Thích Tuệ Sỹ, who was fully ordained in 1973, has accumulated fifty years of precepts by the time of his passing in 2023. However, during his youth, The Most Venerable Thích Tuệ Sỹ chose to reduce the four years he spent wandering and in imprisonment. He believed these years did not contribute to his spiritual purity and monastic discipline, as he felt that "his observing precepts entity can be affected and not pure" during such times. Respecting their teacher's perspective, his Dharma disciples officially recorded forty-six precepts for The Most Venerable Thích Tuệ Sỹ, aligning with his expressed intentions*

1981 to 1984, under The Most Venerable Thích Trí Thủ serving as the Director of Institute.

In April 1984, TTS was detained along with Professor Trí Siêu Lê Mạnh Thát and 17 monks and Buddhist lay people. The Most Venerable Thích Tuệ Sỹ and Professor Trí Siêu Lê Mạnh Thát were sentenced to DEATH for "conspiring to overthrow the government" after a multi-day trial held at the end of September 1988. The Most Venerable Thích Tuệ Sỹ and Professor Trí Siêu chose to represent themselves and did not take state-appointed defense attorneys. Due to the active intervention of domestic and foreign intellectuals and activists, as well as international human rights organizations, Hanoi swiftly reduced the sentence to 20 years of hard labor, imprisoning TTS in Xuân Lộc, Đồng Nai, and later transferring him to camp A-20 in Phu Yen province. Because of his resistance in prison, TTS was isolated and transferred to the North in October 1994. Human Rights Watch presented the Hellman-Hammett Awards for human rights activism to The Most Venerable Thích Tuệ Sỹ and seven other activists on August 3, 1998.

In 1998 Hanoi released TTS along with several others. Before his discharge from prison, TTS had been on a hunger strike. Before releasing him the authorities compelled TTS to submit a petition to the president "requesting amnesty." "We do not recognize the validity of this trial or the legality of this verdict." TTS responded: "If you have no right to detain us, how can you have the right to absolve or grant us amnesty?" Without the petition, there would be no grounds for release, according to the police. TTS replied firmly, "That's your problem, but if you keep pressuring us to sign the petition, I will go on hunger strike in protest." TTS was released by Hanoi on September 1, 1998, after he had gone ten days without sustenance and four days without water, for a total of fourteen days. The hunger strike of The Most Venerable Thích Tuệ Sỹ was a solitary act that was unseen by any organization or the outside world.

Seeing TTS's swift deterioration in health, the authorities immediately dispatched a doctor and released him from prison.

At 10:45 a.m. on September 2, 1998, The Most Venerable Thích Tuệ Sỹ was placed on a train bound for the South. After 36 hours of train travel, and with his health severely compromised by the hunger strike, TTS was unable to continue. He was dropped off at the Nha Trang station before lodging temporarily at the Hải Đức Buddhist Institute. The authorities ordered him to return to Già Lam Temple in Saigon and not to remain near Nha Trang. He refused, stating in a letter to the authorities, "You cannot release me from a small prison only to confine me to a larger prison, which is this entire country." The international press promptly reported this news at the time.

The author of Những Phương Trời Viễn Mộng ("Distant Dreaming Horizons") confronted the death penalty, 17 years of imprisonment, house arrest three times, and harsh prisons in the country's South, Center and North. However, such adversity could not deter a person who chose to live in complete accordance with his values.

In April 1999, The Most Venerable Thích Quảng Độ nominated The Most Venerable Thích Tuệ Sỹ for the position of Secretary-General of the Viện Hóa Đạo of GHPGVNTN (The Institute for the Dissemination of Dharma of the Unified Buddhist Church of Vietnam).

In 2002, as the First Deputy Head of the Institute for the Dissemination of Dharma, The Most Venerable Thích Tuệ Sỹ played a prominent position within the Unified Buddhist Church of Vietnam. Together with the revered monks The Most Venerable Thích Huyền Quang and The Most Venerable Thích Quảng Độ, he made significant contributions to the promotion of religious freedom in Vietnam, particularly the right to reactivate the Unified Buddhist Church of Vietnam.

The statements of the religious prisoner of conscience The Most Venerable Thích Tuệ Sỹ in court and his resolute spirit while incarcerated serve as a shining example and a source of national pride for Buddhism and the nation: "Our stance is the stance of Buddhism and the stance of the entire national bloc." Buddhism's strength, according to The Most Venerable Thích Tuệ Sỹ, lies not in politics but in culture and society, where education plays a crucial role. However, this educational endeavor must be initiated by a religious organization that is free from external control or imposition. Only then can they hope to raise generations of monks and nuns endowed with the virtue and talent required to serve society and worthy of ranking in Sangha's lineage.

Subsequently, in early March 2003, The Most Venerable Thích Tuệ Sỹ accompanied senior monk The Most Venerable Thích Huyền Quang from his house arrest location at Quảng Hương Già-Lam to Hanoi for medical treatment and to prepare for a meeting with Mr. Phan Văn Khải, the then Prime Minister of Vietnam. The purpose of this meeting was to request that the Prime Minister address the suspension of the activities of the Unified Buddhist Church of Vietnam since 1975 and the unjust prohibition and control over The Most Venerable Thích Huyền Quang, The Most Venerable Thích Quang Độ, and several other monks and adherents. On this occasion, diplomatic representatives from six member nations of the European Union and the United States met the Venerable and invited him to visit the diplomatic offices of the European Union in Hanoi. They requested that the Venerable come to them alone, without a companion or translator.

On October 1, 2003, The Most Venerable Thích Tuệ Sỹ, together with the most venerable monks Thích Huyền Quang and Thích Quảng Độ, convened an Extraordinary General Assembly of the Unified Buddhist Church of Vietnam (GHPGVNTN) at Nguyên Thiều Monastery, Bình Định. Following this congress, the two most senior monks, The Most Venerable Thích Tuệ Sỹ, and several participating monks were placed under house arrest and subjected to strict government surveillance. However, with an undeterred spirit, The Most Venerable stood with his two most senior leaders, The Most Venerable Thích Huyền Quang and The Most Venerable Thích Quảng Độ, entrusting overseas branches of GHPGVNTN to convene a congress abroad at Quảng Đức Monastery in Melbourne,

Australia, in the same year, 2003. This congress formally proclaimed the Church's domestic and international leadership. The most Senior Monk, Thích Huyền Quang was elevated to the Fourth Supreme Patriarch of the GHPGVNTN by the congregation.

In 2008, The Most Venerable Thích Huyền Quang, the fourth supreme patriarch of GHPGVNTN, demised. Senior Monk Thích Quảng Độ, who became the Fifth Supreme Patriarch of GHPGVNTN, assumed his position.

The Most Venerable Thích Tuệ Sỹ subsequently devoted his time and energy to literary labor, the translation of Buddhist scriptures, and the instruction of monks in the study and translation of Buddhist classics. During this time, he completed translations and revisions of four sets of scriptures: Āgama (A-hàm), Vimalakirti Sutra, the Four-Part Vinaya, and numerous other works, including Discourse on the Perfection of Consciousness-only and Abhidharmakośa (A-tì-đạt-ma Câu-xá) and other verses.

In March 2019, the Fifth Supreme Patriarch of GHPGVNTN invited The Most Venerable Thích Tuệ Sỹ to meet him at the Từ Hiếu temple in District 8, Saigon, to confer the final words and seal of the Supreme Central Council Sangha (Sangharaja Institute) of GHPGVNTN, entrusting The Most Venerable Thích Tuệ Sỹ with the leadership and daily operations of the Sangharaja Institute after his passing.

In February 2020, the Fifth Supreme Patriarch of the GHPGVNTN passed away peacefully at the Từ Hiếu Temple. At the time, The Most Venerable Thích Tuệ Sỹ was receiving intensive medical treatment in Japan and was unable to return home due to the COVID pandemic.

As soon as commercial flights resumed in October 2020, TTS was among the first to return to Vietnam, despite doctors in Japan advising him to remain for treatment and warning that he might not live beyond six months if he left.

The COVID-19 pandemic reemerged in 2021 in Asia, including Vietnam, with the most severe outbreak occurring in Saigon (Ho Chi Minh City). Due to the authorities' stringent lockdowns, almost all medical services were suspended, except for COVID-19 treatment. Despite these obstacles and his health condition, the Venerable battled his grievous illness with fortitude and resolve. Every day, he sat at his desk translating scriptures, revising works, and organizing the catalog for the translation project of the Vietnamese Buddhist Canon to meet international academic standards.

In November 2021, The Most Venerable Thích Tuệ Sỹ presided over the first meeting of the Dharma Council and decided to form a Provisional Tripitaka Translation Council. This council would replace the Tripitaka Translation Council, which was established in 1973 by senior monks of the Central Religious Council—the Supreme Central Council Sangha (Sangharaja Institute) of the Unified Buddhist Church of Vietnam. However, the original council's operations were, later on, interrupted by the conflict and other obstacles.

According to Order No. 11/VTT/VP, the Provisional Tripitaka Translation Council was formally constituted on December 3, 2021. Translation, revision, textual verification, and printing duties were subsequently expedited per established procedures. Ultimately, 29 volumes were scheduled for publication in 2022. This endeavor received contributions and support from senior monks to ordinary monks and Buddhists domestically and internationally, laying the groundwork for the current Council to continue the Vietnamese Buddhist Canon project initiated by the Tripitaka Translation Council General Assembly in October 1973.

On August 21, at Phật Ân Temple in Long Thành, Đồng Nai, the Central Religious Affairs Council of the Unified Buddhist Church of Vietnam (UBCV) elected Venerable Thích Tuệ Sỹ to assume the responsibilities of the Chief Secretary cum Standing Chief Executor and handle the regular duties of the Supreme Central Council Sangha.

On August 22 at Từ Hiếu Temple in District 8, Saigon, a ceremony was held to confer the seal to the Venerable and inaugurate the Supreme Central Council Sangha.

Since then, the Venerable has devoted all his remaining time and energy to focusing on translating Buddhist scriptures, editing, and validating the translations of works by younger generations.

In his final days, from his sickbed, the Venerable meticulously arranged and instructed the necessary tasks for the UBCV and the Vietnamese Buddhist Canon translation project for the Councils. He serenely passed away at Phật Ân Temple, Long Thanh district, Đồng Nai province, Vietnam, at 16:00 on November 24, 2023, corresponding to the 12th day of the 10th month in the Year of the Cat, at the age of 79, having devoted 46 vassas to monastic life.

The departure of The Most Venerable Thích Tuệ Sỹ is not only a great loss for the UBCV but also a shared sorrow for Vietnamese Buddhism, as well as the regrettable loss of a national intellectual and cultural treasure. However, the Venerable left behind a vast cultural and educational legacy that legitimately provides essential nourishment for both scholars and present-day and future practitioners.

Homage to the 44th generation of the True Lam Te Sect, the Unified Buddhist Church of Vietnam, the Chief Secretary of the Supreme Central Council Sangha *(Sangharaja Institute)*, ordained under Dharma name: first (name) NGUYÊN, last (name) CHỨNG, and titled TUỆ SỸ, The Most Venerable Elder.

Saigon, November 24, 2023

Compiled by the Dharma disciples and relatives.

TẢN MẠN THI CA MỘT THỜI – TUỆ SỸ

TƯỞNG NIỆM LỄ ĐẠI TƯỜNG TRƯỞNG LÃO HÒA THƯỢNG THÍCH NGUYÊN CHỨNG – HIỆU TUỆ SỸ

THÍCH NGUYÊN SIÊU

Ngày 29–30 tháng 11 năm 2025
tại Tu Viện Đại Bi, Garden Grove, CA

Nam Mô Bổn Sư Thích Ca Mâu Ni Phật
Kính bạch chư Tôn đức Tăng, Ni,
Kính thưa quý Phật tử,

Một: Phương tiện vào đời để gieo hạt giống chứng tri

Nói đến thi ca "một thời" của Thầy thì khả năng nào để nói, chữ nghĩa nào để diễn đạt, và tư tưởng – tình cảm nào để thấu ý thơ. Thôi thì mình nói bằng tấm lòng chân thành, bằng chút ân tình quý kính mà Thầy trò một thời học tập, làm việc bên nhau. Do vậy, xin đừng bông đùa chữ nghĩa mà thất lễ.

Tản mạn thi ca, người viết muốn nói đến vài ý thơ của Thầy đã rơi rớt đâu đó, ẩn núp dưới rặng chân mây, bên bờ vực thẳm, hay như là ủ mình nơi "không xứ" vượt thoát tử sinh của bậc Đại sĩ, mà hòa quyện với đời một thứ tình cảm thâm trầm, da diết của thi nhân.

Trong bài "*Kính viếng Giác linh Đại Tỷ Thích Nữ Trí Hải*", hai câu *cuối cùng Thầy viết:*

"Heo hút bờ hoang ảnh giả,
Người sống mỏi mòn, trong nhớ tiếc không khuây."

Thầy gieo từng hình ảnh: "heo hút", rồi "bờ hoang", và cuối cùng "ảnh giả", làm người đọc choáng ngợp, chập choạng trước những hình ảnh đau thương, lẻ loi của cuộc đời. Đó là những hình dung từ của sự vật, của tiền trần – đối tượng của nhãn căn – phát sinh ra nhận thức.

Còn cảm thọ của tâm thì sao? "Người sống mỏi mòn" và "trong nhớ tiếc không khuây." Người sống một cách lây lất, mỏi mòn, không thiết tha, mất hết năng lượng, chất liệu trưởng thành, mà như là liêu riêu, lụi tàn, tắt lịm... Ở nơi đâu? Trong tâm trạng nào? Trong tâm trạng "nhớ tiếc không khuây."

Thầy đã lột trần cái cảm thọ của con người trong thế gian này: ấy là nỗi khổ, cái nỗi khổ muôn đời, cái nỗi khổ mãi mãi của những ai còn tham dục, còn khát ái trói buộc. Thầy đã đại diện cho tiếng nói thế nhân trong phạm trù thế tục đế — trong thân phận con người: sinh, lão, bệnh, tử; hay tiến trình sự vật: thành, trụ, hoại, không.

Đừng vội bi quan, dù rằng đó là hai câu kết. Chúng ta hãy chậm rãi trở lại bốn câu đầu.

Tại sao phải chậm rãi trở lại bốn câu đầu?

Trở lại để thấy một trời huy hoàng tinh thần tu chứng của bậc Đại sĩ — an nhiên, tự tại, vượt thoát của thế giới Chơn đế, xuất thế gian:

"Cánh chim đã vượt qua vũng lầy sinh tử,
Bóng nắng rọi lên dòng huyễn hóa.
Thân theo tro tàn bay,
Hoa trắng vỗ trên đại dương sóng cả."

Chúng ta để tâm thanh thản, tâm thảnh thơi, tâm tỉnh thức, để thấy và nghe những âm ba đồng vọng, miên man chưa bao giờ dứt, chưa bao giờ vắng mặt trong cuộc đời này.

Như chư Phật, Bồ Tát vì chúng sinh mà thị hiện vào đời ngũ trược để hóa độ. Dù cuộc đời có đau thương cỡ nào, dù chúng sinh có cang cường ra sao, thì chư Phật, Bồ Tát vẫn luôn cận kề để hóa độ, trăm kiếp ngàn đời không bỏ chúng sinh.

Đây là thời điểm mà lòng của mình bình an, lắng nghe:

"Cánh chim đã vượt qua vũng lầy sinh tử."

Chim là loài vật có đôi cánh, di chuyển trong không gian, lướt bay trong không khí. Thầy đã mượn hình ảnh "cánh chim" và "vũng lầy sinh tử" để nói lên tinh thần tu chứng của Giác linh Đại Tỷ.

Bậc Xuất trần Thánh giả ở đâu cũng là nhà, không phải vì vũng bùn lầy sinh tử mà không làm hạnh Bồ Tát. Vũng lầy sinh tử là vũng lầy sinh tử, còn cánh chim đã vượt qua là cánh chim đã vượt qua. Không phải vì đời khổ đau nghiệt ngã mà Giác linh Đại Tỷ không hòa quang đồng trần, thõng tay vào chợ để hóa độ chúng sinh.

Rồi sao nữa:
"Bóng nắng rọi lên dòng huyễn hóa,
Thân theo tro tàn bay."

Dù là dòng huyễn hóa vô thường, bất thường hay chơn thường, phi thường — tâm Bồ Tát không phân biệt. Vì không phân biệt nên "bóng nắng rọi". Bóng nắng là tự thể chân như, là tánh giác tu trì: bất cấu, bất tịnh, bất tăng, bất giảm — luôn hiện hữu, bất động.

Thầy viết hai câu điếu:
"Bóng nắng rọi lên dòng huyễn hóa,
Thân theo tro tàn bay."

Chúng ta có thể hiểu: Giác linh Đại Tỷ làm Phật sự trong thế gian mà không hệ lụy bởi thế gian; tự tại và tùy thuận theo thế gian để hiện thành sinh diệt. Nhưng "sanh nhi bất sanh, diệt nhi phi diệt."

Và để từ đó:
"Hoa trắng vỗ trên đại dương sóng cả"

– là trò đùa của thế nhân, của hàng hữu học, của cái gọi là "bậc thánh của thế gian".

Giác linh Đại Tỷ: "Đến rồi đi nước lững vơi đầy."

Định luật tự nhiên theo tinh thần tu chứng: cái gì có sinh thì cái ấy có diệt. Diệt rồi sinh, sinh rồi diệt, trồi lên rồi hụp xuống — có chi đâu.

Do vậy mà cứ mỗi lần tiến cúng Giác linh, chúng ta nghe bài kệ thán:

"Vô thường thị thường,
Thế Tôn thượng Song Lâm diệt độ.
Diệt nhi phi diệt,
Đạt Mạ tằng chích lý Tây quy.
Sanh tử khứ lai,
Tử tùng hà khứ?"

Sống là từ đâu mà đến? Chết rồi thì đi về đâu?

Thầy đã chứng ngộ con đường dẫn vào Tuệ giác, nên viết thành đôi dòng điếu văn gởi lại cho người.

Hai: Duyên nghiệp của kiếp người phù du

"Thâm dạ phong phiêu nghiệp ảnh tùy,
Hiện tiền vi liễu lạc hoa phi."

Có lẽ một đêm sâu nào đó, một hình hài đang đối diện một hình hài bên chồng sách cũ trong thư phòng, bên cửa sổ bên kia đồi sao mọc, bên cánh rừng hoang, trên đồi trăng soi mờ mờ tỏ tỏ — hay một phương trời viễn mộng, một bước hài phiêu bồng nhân thế.

Thầy đã hạ bút viết: "Thâm dạ phong phiêu nghiệp ảnh tùy."

Trong không gian của đêm dài, đêm sâu, đêm tĩnh lặng, hay tận cùng của tâm thức mà thấy được những cơn gió nghiệp chờn vờn, trêu ngươi, trên thân phận làm người. Nghĩa là bóng đen – nghĩa nào cũng là nghiệp.

Vì nghiệp là tạo tác: tạo tác của thân, của miệng, của ý. Chính vì vậy mà nghiệp là tài sản của mỗi người. "Phong phiêu" – gió thổi; gió thổi cái ảnh nghiệp chỉ là cái bóng, cái hình, cái lơ mơ, cái ẩn, cái hiện – vậy mà nó làm cho con người thất điên bát đảo, luân hồi trong ba cõi, xuống lên trong sáu đường.

"Ái hà thiên xích lãng,
Khổ hải vạn trùng ba.
Dục thoát luân hồi khổ,
Tạo cấp niệm Di Đà."

Bậc Đại trí nêu lên cái nghiệp, tu tập cái nghiệp, chứng đắc cái nghiệp vô lậu mà đắc thánh quả vị tối thượng.

Còn cái nghiệp của thế gian, quý Ngài tùy thuận, mặc cho "liễu lạc hoa phi", không can cớ chi đến gót hài vô tung. Sống trong trần đời mà không để cho đời chi phối. Đi bằng đôi chân không mà chẳng dính bụi đường.

Nhưng tiếc thay đến đây thì ý thơ tắt lịm, nên sáng hôm sau Thầy gặp Bùi Giáng và nhờ làm tiếp dùm:

"Phiêu bồng tâm sự tân toan lệ,
Trí Hải đa tàm, trúc loạn ty."

Bùi Giáng đối với Thầy rất thân tình, giống như Đức Sơn. Bùi Giáng sống lang thang trong phố thị, trong các sân chùa Vạn Hạnh thời ấy; còn Đức Sơn thì sống trên núi – Phương Bối am – bềnh bồng trên chiếc võng, nghêu ngao dưới rừng cây. Ấy là những tư tưởng lớn, những nhà thơ lớn của thời đại.

Một tâm sự phiêu bồng để ứa giọt lệ khô. Bùi Giáng cho rằng Thầy đang cưu mang một tâm sự: Tâm sự phiêu bồng, Tâm sự Giấc Mơ Trường Sơn, Tâm sự Phương Trời Viễn Mộng, Tâm sự Ngục Trung Mị Ngữ, Tâm sự Thiên Lý Độc Hành.

Tại sao Bùi Giáng đoán biết được như vậy? Vì sau này Thầy đã dấn thân trong những cuộc phiêu bồng như thế:

"Bên cửa sổ, bên kia đồi sao mọc,
Một lần đi là vĩnh viễn con tàu."

Hay:

"Năm chày đá ngủ lòng khe,
Lưng trời cánh hạc đi về hoàng hôn."

"Một lần đi là vĩnh viễn con tàu." Đi để thấy đá ngủ nơi lòng khe suối, để thấy cánh hạc lưng trời đi về trong đêm, để thấy bên kia đồi sao mọc. Nếu không đi, không phiêu bồng thì làm sao thấy được những hình ảnh trên đỉnh cao sông dài, biển rộng.

Tính phiêu bồng của Thầy – như thị!

Có phiêu bồng như thế mới thấy Đạo pháp đang cần người hoằng dương, gìn giữ, và hộ trì trên dòng chảy của chư vị Lịch đại Tổ sư hai nghìn năm qua.

Có phiêu bồng như thế mới thấy được quê hương, dân tộc đang bị đọa đầy, điêu linh, thống khổ – đang cần những đôi tay, tấm lòng hộ pháp, hộ quốc, hộ dân.

Một biển học mênh mông, biển Phật pháp vô bờ. "Trí Hải" – "Phật pháp như đại hải thủy, lưu nhập A Nan tâm."

"Trí Hải" là tên của một Ni Trưởng, sở học Phật pháp mênh mông như biển, chẳng thua chi Thầy. Trước tác, phiên dịch, thi ca, tư tưởng, một trời ngoại ngữ – chỉ bấy nhiêu thôi cũng làm rối loạn lòng ai.

Tuệ Sỹ, Bùi Giáng, Trí Hải... là những bậc Thầy lớn của thời đại – của Đại học Vạn Hạnh thời xưa.

Ba: Tiểu khúc Phật Đản, hay nội hàm tự tướng sinh – già – bệnh – chết, kiếp người mong manh

Trọn bài thơ tất cả là 24 câu, chúng tôi xin phép đọc bốn câu cuối thôi. Bốn câu cuối là kết thúc Tiểu khúc Phật Đản, mà Thầy đã chấp bút bằng chữ Nôm:

"Thời gian vỗ cánh ngang đầu,
Sanh, già, bệnh, chết tránh đâu vận cùng.
Khổ đau là khối tình chung,
Ai nâng cõi thế qua bùn tử sinh."

Như là một lời khẳng định trên tinh thần thật chứng kiếp sống phù sinh.

Thời gian cứ mãi trôi, cứ mãi qua, cứ mãi đi, cứ mãi xuôi về mà không bao giờ trở lại. Thời gian vỗ cánh bay cao – chỉ "vỗ cánh ngang đầu." Đối với thân người, "vỗ cánh ngang đầu" là cao lắm rồi.

Chỉ ngang đầu để người được dễ thấy, dễ nghe, để mà tu, vì thời gian là vô thường – không hẹn một ai.

Cái mà sinh ra, mà già nua, mà bệnh hoạn, mà chết đi, nào ai có biết để mà hẹn. Đúng là thân phận của một đời người chỉ quanh quẩn với cái nghiệp mà mình đã tạo ra – không chạy trốn đâu cho khỏi. "Vận cùng."

Chính cái "vận cùng" này là kết quả của sự khổ đau chẳng riêng gì một ai, mà là một "khối tình chung."

Thầy gởi gắm lại cho chúng ta biết: nỗi khổ đau là khối tình chung, ấy vậy mà chẳng mấy ai biết.

Vô minh còn khiến con người làm khổ nhau nhiều hơn nữa:
"Mạnh hiếp yếu, kẻ hiền thua dữ,
Ở trên đời chẳng chữ công bình."

Như người ngồi trên đỉnh núi cao nhìn xuống thung lũng, đồng bằng, thấy rõ từng sự vật đang chuyển động theo định luật vô thường sinh – trụ – dị – diệt, mà la lên:
"Ai nâng cõi thế, ai vác cuộc đời này,
Để vượt qua vũng bùn tử sinh?"

Sống và chết là vũng bùn lầy, nó kéo chân con người – chúng sinh – vô lượng kiếp.

Một thứ ngôn ngữ, chữ nghĩa, một ý vị triết lý tư duy được hiển bày như là sở chứng – thấy rõ tận ngọn nguồn, đã được tồn đọng trong đôi mắt sâu, trên vầng trán cao, trong khối óc mẫn tiệp, trí tuệ vượt trội – trong "Tiểu khúc Phật Đản."

Chính câu kết này:
"Ai nâng cõi thế qua bùn tử sinh."

Thầy cho chúng ta hiểu: chỉ có Phật mới nâng cõi thế này qua bùn tử sinh.

Phật thuyết giảng giáo pháp, trao truyền lại cho con người, rồi con người y cứ, lập cước trên nền tảng ý chỉ giáo pháp ấy để tu, để vượt thoát bùn sinh tử – chứ chẳng ai khác.

Tóm lại, nhân ngày Lễ Đại Tường của Thầy, con rỉ rả đôi điều, chắc Thầy cười – như tiếng cười trên tháp sắt đồi Trại Thủy Hải Đức Nha Trang vào những chiều êm gió năm xưa; hay ngồi dưới bệ Kim Thân Phật Tổ mà Thầy kể chuyện tiếu nhà thiền, anh em học tăng vây quanh Thầy mà không thể nhịn cười được; còn Thầy thì kéo hai ống quần tới đầu gối, thoải mái – tình Thầy trò của một thời bụi đường phủ kín.

Giờ đây đâu còn những hình ảnh ấy nữa, Thầy đã về với Phật, còn lũ chúng con còn rong ruổi theo nghiệp duyên.

Kính lạy Giác linh Thầy, thùy từ chứng giám.

Trân trọng kính cảm ơn và kính chào toàn thể liệt quý vị.

San Diego, California – ngày 30 tháng 10 năm 2025
Chùa Long Sơn

Thích Nguyên Siêu

ĐÔI LỜI TỰ SỰ TƯỞNG NHỚ ÔN

THÍCH TỪ LỰC

Thấm thoát mà hơn một năm rồi, từ ngày Ôn vắng bóng trên đời. Dòng thời gian vẫn tuôn chảy mọi ngày, với bốn mùa Xuân Hạ Thu Đông thay nhau làm chứng tích cho những lần thay lá, những dạo mưa nguồn... và chúng con, người xuất gia với chí nguyện "thượng cầu, hạ hóa" vẫn nhớ về vị Tôn Sư quý kính của mình. Con xin bày tỏ đôi chút tâm tình nhỏ nhoi lên Ôn trong kỳ Đại tường năm nay.

1. Ôn Từ Đàm (HT Thiện Siêu) dạy Tăng Ni những lời thấm thiết dạo nào: "Trong đời sống của một ông thầy xuất gia phải có 3 điều trọng yếu. Một là phải có chánh kiến, tức lòng tin tuyệt đối với chánh pháp, hiểu đúng chánh pháp, lấy chánh pháp làm lý tưởng cho mình. Thứ hai là phải có tịnh giới, tức nhiên là phải giữ giới thanh tịnh. Thứ ba là phải có oai nghi. Chúng ta đừng nghĩ mình có chánh kiến, có tịnh giới rồi thì không cần gì oai nghi. Điều đó không đúng... Tóm lại, muốn làm một thầy Tỳ kheo thì phải có chánh kiến, có giới, có oai nghi và nhất là phải hòa hợp chúng." Và Ôn tiếp nối dòng chảy của Chánh pháp làm cho chúng con có chỗ nương tựa hôm nay. Ở đâu xa xôi, con không dám nói, chứ gần gần ở miền Bắc Cali thì tập thể Tăng Ni, trong mùa An cư kiết hạ năm nay, chúng con vẫn cố gắng cùng sinh hoạt, cùng "sống vui trong nhà Đạo" với nhau qua những ngày thứ Bảy cuối tuần.

Bắt đầu từ ngày 17-5-2025 và vẫn còn tiếp tục cho đến ngày Tự tứ giải hạ, thứ Bảy, 13-9 (22-7al) là những ngày Tu tập, nuôi dưỡng Tâm Bồ đề cho tứ chúng lặng lẽ diễn ra dưới bầu trời trong sáng và nguồn Tâm thanh tịnh của chúng con. Làm sao cho tập thể Tăng Ni gắn kết như nước với sữa, hỗ trợ nhau, cùng chung vai gánh vát Phật sự đem lại lợi ích cho muôn loài là những thao thức của chúng con bây giờ? May mắn, chúng con còn có những bậc Trưởng thượng dìu dắt, nhắc nhở, bên cạnh là những pháp lữ đồng hành có tinh thần hăng hái và tích cực khi làm việc chung với nhau, thưa Ôn.

Ba năm trôi qua, với khóa An cư tập trung trong vùng, kết nối 77 ngôi chùa, với hơn 100 Tăng Ni và Phật tử hiện diện bên nhau, cùng luân phiên đến các Chùa, Tự viện để cùng ngồi xuống tụng một thời kinh Cầu nguyện, ăn trưa Quá đường và chia sẻ những kinh nghiệm tu học, cũng như thao thức của mình, chúng con thấy hình ảnh Tăng già hòa hợp, tứ chúng đồng tu ngay trước mắt mình, như là động lực quý báu làm sống lại những hoài bão, những mong ước của đời tu trong lòng chúng con.

2. Một đối tượng khác mà Ôn thường quan tâm khi còn sinh tiền là Tổ chức Gia đình Phật tử. Đứng trước những biến chuyển, khó khăn của xã hội Tây phương, tập thể Huynh trưởng vẫn còn ưu tư từng ngày, nói lên hoài bão sâu xa và lý tưởng cao quý của người Huynh trưởng. Con xin mạo muội, trích lại đây đôi dòng trong Sen Trắng Channel của Huynh trưởng Tâm Tường Lê Đình Cát để trình lên giác linh Ôn, "Người Huynh trưởng không thể dạy đạo lý nếu không sống đạo lý. Không thể nói về Từ bi nếu thiếu kiên nhẫn. Không thể giảng về Vô ngã nếu còn giận hờn vì không được phân công như ý. Chính trong tương quan với tổ chức, đồng sự và đoàn sinh, người Huynh trưởng mới thật sự hành trì được Sáu Ba-la-mật – từ bố thí, trì giới, nhẫn nhục, tinh tấn, thiền định đến trí tuệ.

Đặc biệt, người Huynh trưởng thuộc hàng cấp lãnh đạo càng phải lấy hạnh Bồ Tát làm kim chỉ nam. Khi nắm giữ sự vận hành và thịnh suy của tổ chức, không gì quan trọng hơn việc hóa giải nội kết bằng từ bi, gìn giữ lý tưởng bằng trí tuệ, và dìu dắt bằng thân giáo..." vẫn còn mang nặng những hoài bão một đời của Ôn.

Trong lời huấn thị năm 2022, Ôn nhấn mạnh: "Trong tình tự dân tộc, bằng tâm nguyện bồ đề, trước những thảm cảnh thiên tai nhân họa, dù vẫn tồn tại những mâu thuẫn quan điểm trong Nội quy hay ngoài Nội quy, tình Lam vẫn trong sáng, cùng hòa hiệp trong Bồ đề nguyện và Bồ đề hành, đến những nơi cần đến, nối dài cánh tay Đại Bi của Bồ tát. Đồng hành với các thế hệ đàn em, học Chánh Pháp, hành Chánh Đạo, từ những thống khổ muôn vàn của thế giới quanh ta, để nhận thức thực tại bằng chính đôi mắt của chính mình từ chính trái tim của mình; để thấy những mâu thuẫn quan điểm, những bất đồng ý kiến chỉ là những phân biệt vọng tưởng". Theo lời chỉ dạy của Ôn, chúng con cố gắng rất nhiều để có thể tổ chức ngày Truyền Thống hàng năm cho các đơn vị GĐPT đang có mặt ở miền Bắc California. Con tham dự mấy năm rồi, có khi lên đến 250 Huynh trưởng và Đoàn sinh cùng vui chơi, có mặt bên nhau. Chỉ cần nhìn quý Anh chị Huynh trưởng trong Liên đoàn Huệ Năng, giờ tóc đã hoa râm, chân yếu, mắt không còn sáng như thuở nào, vẫn tiếp tục đến với tập thể màu Lam. Các em trẻ thì hăng say, năng nổ hơn với các trận đấu bóng chuyền, thi đua với các bạn Lam của các đơn vị khác. Vào những dịp đó, trong tinh thần đó, chúng con cảm nhận một cách sâu sắc Niềm Vui chan hòa trong sức sống của Tổ chức giáo dục Tuổi trẻ của chúng ta.

Hàng tuần, các đơn vị vẫn còn sinh hoạt theo truyền thống, qua các bộ môn cũng như lớp Việt ngữ để gìn giữ Văn hóa dân tộc cho thế hệ kế thừa. Có điều, sự thiếu hụt Huynh trưởng cũng như khác biệt về ngôn ngữ, văn hóa và dị biệt giữa các thế hệ vẫn là khó khăn chung mà hàng Huynh trưởng lãnh đạo đang phải đối đầu. Riêng cá nhân mình, con vẫn luôn trông chờ, và đặt sự tin tưởng, vào tầng lớp Huynh trưởng trẻ tuổi, hãy mạnh dạn tiếp sức với Huynh trưởng đàn anh, dấn bước hy sinh cho tổ chức, vì đàn em, và mạnh dạn nhận lãnh trách nhiệm giao phó mà vững lòng tiến bước trong giai đoạn khó khăn này. Bước qua thế kỷ mới, con đã trao gởi tâm tình của mình trong bài viết "Ai là Tâm Minh của thế kỷ 21?" Con tin tưởng, với Hạnh nguyện cao cả và tấm lòng Phụng sự thiết tha thì người Huynh trưởng sẽ làm nên những công trình to lớn để làm rạng rỡ cho Phật pháp và đóng góp lớn lao cho tổ chức GĐPT tại bất cứ đâu.

3. Kính bạch Ôn,

Một vấn đề khác nữa là việc tiếp nối và gìn giữ di sản Văn hóa mà

Ôn để lại, với bao nhiêu tâm huyết của mình. Chúng con cũng đang làm việc bên nhau, trong tinh thần tương kính, hỗ trợ cho công việc chung. Bước đầu là việc dịch tác phẩm "Tổng quan về Nghiệp" của Ôn từ tiếng Việt qua tiếng Anh, để chia sẻ với những người trí thức Tây phương và bạn hữu học Phật ở đây. Cũng được một chút thuận duyên, vui vẻ, với hy vọng là trong vòng vài năm tới đây, công tác này sẽ có kết quả tốt đẹp, để dâng lên giác linh Ôn với lòng biết ơn sâu xa của chúng con.

Một vài lần gặp mặt, trao đổi giữa những đạo hữu ở hai miền Nam, Bắc Cali có cùng chí hướng, cũng đem lại những phấn khởi và khích lệ. Mong sao, việc làm này sẽ mang lại một sinh khí mới, tạo ra nền tảng vững chắc, lâu dài để những người con Phật, xuất gia và tại gia, có cơ hội cùng nhau gìn giữ những hoài bão sâu xa của Ôn và đem lại lợi ích lớn lao cho ngôi nhà Phật pháp. Không phải là không có khó khăn, trở ngại, nhưng với tâm nguyện "vì Đạo, cho Đời và mong mỏi báo đền công ơn Thầy Tổ trong muôn một" nên chúng con vững lòng tiến bước, lên đường.

4. Cuối cùng, con ngồi đọc tác phẩm "Giấc mơ Trường Sơn" để nhớ về Người lữ khách, dọc ngang trên đường thiên lý, mắt trông xa, lòng nghĩ rộng, xôn xao một cõi đất trời... Nhìn lên tấm hình của Ôn mà con treo ở Thư viện trên Phổ Thiên, trên tay Ôn cầm quyển sách, đôi mắt trong sáng, dịu dàng, con thấy mơ hồ như có lời nhắn gởi. Và con trực cảm như Ôn vẫn còn đây, không xa cách mấy, trên từng chiếc lá ngoài kia, giữa rừng núi, như dạo nào Ôn bước chân đi trên những con đường của quê hương. Mạch sống vẫn tiếp nối, và tâm nguyện của Ôn vẫn sống mãi với thời gian... qua những ước mơ rất đẹp.

Bước chân nào rồi cũng lên đường thôi! Đến nơi nào, có khi mình không biết được nhưng vẫn cố đi theo tiếng gọi của lòng mình: lên cõi trời Đâu suất hay chốn rừng vắng thâm u, để tiếp độ những vong hồn còn phảng phất, lạc lối.

Đồi Thất Phật: dẫn vong linh ra giác lộ
Suối Thương Yêu: dắt sanh chúng thoát bờ mê

Một thoáng suy tư và những điều này hiện lên trên tâm trí của con: bài thơ "Nguyện Cầu" của Vũ Hoàng Chương, ta còn để lại gì không... rồi hình ảnh trong bài kệ của thiền sư Hương Hải: *nhạn quá trường không, ảnh trầm hàn thủy, nhạn vô lưu tích chi ý, thủy vô lưu ảnh chi tâm...* trùng trùng duyên khởi đi, đến với nhau, và cuối cùng, kết nối với bước chân của Ôn trên dòng chảy tâm thức của muôn loại.

Ôn đến, đi, thong dong
Ôn ngồi yên tự tại;
Đi vào vĩnh cửu, đến chốn bình an.

Trong dịp Đại tường năm nay, nơi chốn xa xôi, với lòng biết ơn tràn đầy, con xin thành kính đảnh lễ Ôn ba lạy – mỉm cười, và không dám nói gì nữa, xin Ôn hoan hỷ chứng minh cho con.

Chùa Phổ-Từ
Hayward ngày 25 tháng 6 năm 2025

Thích Từ-Lực

A FEW WORDS IN LOVING MEMORY OF THE VENERABLE MASTER

THÍCH TỪ LỰC

Swiftly, more than a year has passed since the Venerable Master departed from this world. Yet the stream of time continues to flow each day, with the four seasons—spring, summer, autumn, and winter—taking turns to witness the falling leaves and mountain rains. We, the monastics who have embraced the vow of "seeking liberation above, guiding beings below", still remember our most revered Teacher with unceasing devotion. On the occasion of the Second Memorial Ceremony (Đại tường), I would like to offer a few humble words in remembrance of the Venerable Master.

1. The Abbot of Từ Đàm Temple, the Venerable Thích Thiện Siêu, once imparted these heartfelt words to the Saṅgha:

"*In the life of a monastic, there are three essential qualities. First, one must have the Right View (chánh kiến): an unwavering faith in the Dharma, a correct understanding of the Dharma, and the Dharma as one's guiding ideal. Second, one must uphold Pure Precepts (tịnh giới), maintaining discipline in purity. Third, one must embody Proper Conduct (oai nghi). We should not assume that having Right View and Pure Precepts alone allows us to neglect Proper Conduct—that is incorrect. In short, to truly be a Bhikṣu, one must possess Right View, Precepts, Proper Conduct, and, above all, harmony within the community.*"

The Venerable Master Tuệ Sỹ has continued this living stream of the Dharma, providing us with a place of refuge today. While I cannot speak for distant locations, here in Northern California, the community of monks and nuns continues to strive to practice together during this summer retreat, gathering joyfully each Saturday to joyfully in the Dharma-house.

Beginning on May 17, 2025, and continuing until Pavāraṇā—the Closing Ceremony of the Summer Retreat—on Saturday, September 13, 2025 (lunar calendar: the 22nd day of the seventh month), these days of practice and cultivation of the Bodhi Mind for the Fourfold Assembly have quietly unfolded beneath the clear sky and within the pure source of our hearts.

How can we ensure that the community of monks and nuns remains united like water and milk—supporting one another, sharing the responsibilities of Dharma work, and benefiting all beings? This is our current aspiration and concern.

Fortunately, we are still guided and reminded by our venerable elders and accompanied by Dharma companions whose spirits are earnest and enthusiastic in working together. With deepest reverence, we offer these words to the Venerable Master.

Three years have passed, during which the regional Summer Retreat has brought together seventy-seven temples and more than one hundred monks, nuns, and lay practitioners. We have taken turns visiting the temples and monasteries, sitting together to chant prayer services, sharing midday meals, and exchanging our experiences of practice as well as our heartfelt concerns. In these moments, we witness before our very eyes the living image of the harmonious Saṅgha—the Fourfold Assembly cultivating the path together. This precious source of strength rekindles within us the long-cherished aspirations and ideals of monastic life.

2. Another area to which the Venerable Master devoted great attention during his lifetime was the Buddhist Youth Association (Gia đình Phật tử). Faced with the changes and challenges of Western society, the collective of Youth Leaders continues to bear daily responsibilities, expressing their profound aspirations and noble ideals. With humility, I would like to quote a few lines from the Sen Trắng Channel by Youth Leader Tâm Tường Lê Đình Cát, respectfully offering them before the Master's sacred spirit:

"A Youth Leader cannot teach the Dharma if he does not live by it. He cannot speak of Compassion if he lacks patience. He cannot expound on Non-self if he still harbors resentment for not being assigned as he wished. It is precisely in relation to the organization, fellow leaders, and young members that a Youth Leader truly practices the Six Pāramitās—generosity, morality, patience, diligence, meditation, and wisdom. Especially those Youth Leaders in positions of leadership must take the Bodhisattva path as their guiding compass. In bearing responsibility for the movement's growth and decline, nothing is more important than dissolving inner knots with compassion, preserving ideals with wisdom, and guiding others through the example of one's own conduct."

These words continue to embody the lifelong aspirations of the Venerable Master.

In his 2022 exhortation, the Venerable Master emphasized:

"Within the spirit of our nation, guided by the Bodhi aspiration, and in the face of natural disasters and human tragedies—even as differences of opinion persist, whether within or beyond regulations—the Lam spirit (tình Lam) remains pure. United by the Bodhi vow and Bodhi practice, we go wherever we are needed, extending the compassionate arm of the Bodhisattva. Walking alongside younger generations, studying the True Dharma, and practicing the True Path amidst the countless sufferings of the world around us, we learn to perceive reality with our own eyes and hearts; to recognize that differences of opinion and disagreements are merely delusive discriminations."

Following the Master's guidance, we have diligently organized the annual Tradition Day for the Buddhist Youth Association units in Northern California. I have attended for several years, sometimes joining as many as 250 Youth Leaders and members who gather together in joy and fellowship. Just seeing the elder Youth Leaders of the Huệ Năng Federation—now with graying hair, unsteady steps, and eyes no longer as bright as before—still faithfully participating in the Lam community fills us with reverence. Meanwhile, the younger members, full of energy and enthusiasm, eagerly engage in volleyball matches and spirited competitions with fellow Lam friends from other units. On such occasions, within this spirit, we deeply feel the radiant joy that permeates the vibrant life of our youth educational movement.

Each week, the local units continue their traditional activities—offering various programs and Vietnamese language classes—to preserve the national culture for future generations. However, the shortage of youth leaders, along with differences in language, culture, and generational perspectives, remains a common challenge for the leadership. As for me, I have always placed my hope and trust in the younger generation of youth leaders. May they step forward with courage, lending their strength to their elder brothers and sisters, sacrificing for the organization and the younger members, and boldly accepting entrusted responsibilities with steadfast hearts during this difficult period. As we entered the new century, I expressed my sentiments in the essay "Who is the Tâm Minh of the 21st Century?" I firmly believe that with noble vows and a devoted spirit of service, youth leaders will achieve great accomplishments—illuminating the Dharma and making profound contributions to the Buddhist Youth Association wherever they may be.

3. Most Reverently, Venerable Master,

Another important matter is the continuation and preservation of the cultural legacy you left behind, into which you poured so much heart and dedication. We, too, are working together in a spirit of mutual respect, supporting one another in this shared endeavor. As a first step, we have begun translating your work, "*An Overview of Karma*" (*Tổng quan về Nghiệp*), from Vietnamese into English so that it may be shared with Western intellectuals and friends of the Dharma here. By fortunate circumstances, this work has commenced with joy and harmony, and we hope that within the next few years it will yield fruitful results—offered to your sacred spirit with our deepest gratitude.

A few gatherings and exchanges among Dharma friends from both

Northern and Southern California, united by the same aspiration, have brought encouragement and joy. May these efforts generate new vitality, establishing a firm and lasting foundation so that the children of the Buddha—both monastic and lay—may together preserve the profound aspirations of the Venerable Master and bring great benefit to the Dharma house.

Though difficulties and obstacles are inevitable, we remain steadfast, advancing courageously on the path with the vow: "*For the Dharma, for the world, and in humble repayment of the boundless kindness of our Teachers and Patriarchs.*"

4. At last, I sit reading the work "The Trường Sơn Dream" ("Giấc mơ Trường Sơn"), recalling the Traveler—journeying across the boundless path, eyes gazing into the distance, heart embracing vast horizons, stirring an entire realm of earth and sky...

Looking at the portrait of the Venerable Master that I have placed in the library of Phổ Thiên Zen Monastery—where he holds a book in his hand, his eyes clear and gentle—I faintly sense a message being conveyed. I feel his presence directly, as if the Master is still here, not far away at all, present in every leaf outside, amidst the forests and mountains, just as in former days when his footsteps traced the paths of our homeland. The current of life continues to flow, and the Master's vow endures through time, carried forward in the most beautiful dreams.

Every journey begins with a single step. Though we may not know where it will lead, we strive to follow the call of our hearts—whether ascending to Tuṣita Heaven or entering deep, silent forests—to guide wandering souls still lost along the way.

Hill of the Seven Ancient Buddhas (Đồi Thất Phật): guiding departed spirits onto the path of awakening.

Stream of Loving-Kindness (Suối Thương Yêu): guiding living beings beyond the shore of delusion.

In a fleeting moment of reflection, these thoughts arise in my mind:

the poem Prayer (Nguyện Cầu) by Vũ Hoàng Chương—what do we truly leave behind?—and a verse by Zen Master Hương Hải:

The wild goose soars across the vast sky.
Its shadow sinks into the cold water.
The goose leaves no trace of its intent.
The water holds no shadow in its heart.

Countless conditions arise and intertwine, meeting one another, and ultimately converging with the footsteps of the Venerable Master upon the flowing stream of consciousness of all beings.

The Master comes and goes, serene and free.
The Master sits in quiet ease,
entering eternity and arriving at the realm of peace.

On this occasion of the Second Memorial Ceremony, though I am in a distant place, with a heart overflowing with gratitude, I respectfully bow three times before the Venerable Master—with a gentle smile and without daring to say more—only praying that the Master will graciously bear witness to me.

Phổ Từ Temple
Hayward, June 25, 2025

Thích Từ-Lực

Translated by ***Bạch X. Phẻ*** *&* ***Nguyên Giác***

ĐỨC KHIÊM CUNG TRONG VĂN TỰ CỦA MỘT THIÊN TÀI

TÂM NHÃN

Người ta thường nói, "Rượu sinh ra từ gạo nhưng không mang vết gạo. Cứ trong veo như nước mà hỏa bên trong". Do vậy muốn cảm nhận độ lửa của nó buộc nâng ly, cạn chén lúc tiêu sầu. Còn muốn biết nội tâm của một thiên tài thì tỷ lượng trong văn tự của họ khi được phơi trần.

Người Việt Nam, dù là Phật tử hay người ngoài, hầu như kính ngưỡng thầy Tuệ Sỹ qua những công trình trước tác và cả tài năng của thầy nhưng mấy ai để ý sự khiêm cung trong văn chương khi thầy đặt bút viết. Một câu chuyện, một tính huống lên hệ tình người trong đạo, hoặc lịch sử nhạy cảm đối với thời đại mà không tiện nói thẳng; thầy viết một cách khéo léo, khiến người đọc không thấy có sự phê phán nào trong loại thể tài mà thầy đang nói. Đầu tiên chúng ta thảo luận đến văn chương khiêm cung trong tác phẩm *Thành duy thức luận*, phần "Dẫn vào Duy thức học", trang 15, khi giải thích về từ "thức", thầy dẫn một đoạn kinh *Lăng-nghiêm*:

"Đức Phật hỏi A-nan: Ông lấy cái gì để thấy thân Phật? A-nan đáp: Lấy *tâm và mắt*. Phật lại hỏi: Tâm và mắt ở đâu? A-nan đáp: Mắt tức phù trần căn gồm bốn đại chủng, nó ở trên mặt. Thức tâm thì ở trong thân. Phật lại hỏi: Nếu thức tâm ở trong thân, tại sao nó không thấy ruột, gan, tim, phổi các thứ?

Đoạn dẫn tóm tắt trên mở đầu cho chuỗi bảy lớp gạn hỏi tâm của Phật để khai ngộ A-nan. Đoạn kinh này được đánh giá rất cao trong truyền thống Phật học Trung Quốc và nhiều người do đoạn kinh này mà tìm đến nghiên cứu Phật học. Tuy nhiên, nhìn từ quan điểm A-tì-đàm, không những các câu trả lời của A-nan có vẻ ngớ ngẩn, mà cả đến những câu hỏi được cho là nêu lên bởi Phật cũng vô nghĩa. Truyền thống A-tì-đàm, căn cứ trên kinh điển nguyên thủy, tức các bộ A-hàm, mỗi khi nêu lên vấn đề nhận thức, thường dẫn đoạn kinh Phật nói: 'Sau khi duyên đến mắt và các sắc, nhận thức mắt phát sinh.' Không riêng các Luận sư A-tì-đàm, mà cả đến các Luận sư Trung quán khi đề cập đến sự xuất hiện của thức cũng thường xuyên dẫn chứng đoạn kinh này."

Hiện nay, kinh *Lăng-nghiêm* là bộ kinh tối quan trọng đối với Phật giáo Bắc tông ở Trung Hoa và cả Việt Nam. Thầy Tuệ Sỹ dẫn đoạn kinh *Lăng-nghiêm* trên, mục đích giúp người nghiên cứu Duy thức hiểu đúng chức năng hoạt động của thức, nhắc khéo người học không nên hiểu nó dựa trên giá trị tiêu chuẩn giáo lý phân tích "thức" của kinh *Lăng-nghiêm*. Tôi rất thích lời thầy viết: "Đoạn dẫn tóm tắt trên mở đầu cho chuỗi bảy lớp gạn hỏi tâm của Phật để khai ngộ A-nan. Đoạn kinh này được đánh giá rất cao trong truyền thống Phật học Trung Quốc và nhiều người do đoạn kinh này mà tìm đến nghiên cứu Phật học." Thầy hoàn toàn không phê phán bản kinh *Lăng-nghiêm* đúng sai, hay dở. Mặc dầu những năm đầu và giữa thế kỷ 20, nhà Phật học Trung Quốc Lữ Trừng (1896–1989) đã công tâm lên tiếng, đây là tác phẩm (*Lăng-nghiêm*) do người Trung Hoa biên tập, vì thiếu căn bản giáo lý trong *A-hàm* mà họ viết nhầm lẫn về thuyết Duy thức (Cf. Lữ Trừng, *Lăng nghiêm bách ngụy* 楞嚴百偽, Lữ Trừng Phật học luận trước tuyển tập, tập I, 1996).

Thứ nữa, cũng trong *Thành duy thức luận*, thầy dẫn hai thuật ngữ Phạn giải thích về nghĩa "thức": 1. Từ thức, Phạn "*vijñāna*", khi nhận thức một cảnh vật bên ngoài chính nhờ trải qua quá trình nhận thức của kết quả bên trong. 2. Khi thức nhận biết tùy theo từng đối tượng, ví dụ, thức con mắt nhìn thấy cảnh, thức lỗ tai nghe âm thanh, thì Thế Thân dùng từ *vijñapti*. *Vijñapti* này có hai ý nghĩa, một là nắm bắt từng đối tượng cá biệt, hai: nó như thông tín viên, thông báo, thông tri cho biết. Điều này thuộc về thức uẩn. Ở một ngữ cảnh khác, *vijñapti* thuộc sắc pháp, Hán dịch là biểu 表 (*vijñapti*), ví dụ về thân biểu (*kāyavijñapti*): Một người vung gươm lên múa; người khác nhìn thấy và có thể phán đoán, nó vung gươm với ý định giết người, hay chỉ để múa biểu diễn mà chơi. Thầy nói rằng: "Có lẽ để tránh nhầm lẫn, Huyền Trang đã dịch *vijñapti* trong *kāya-vijñapti* (thân biểu) hay *vāg-vijñapti* (ngữ biểu) là biểu (nghiệp) để chỉ rõ bản chất thuộc sắc pháp, trong khi đó, trong hợp từ *vijñapti-matratā* nó được dịch là *thức* hay *liễu biệt* để chỉ rõ nó thuộc tâm pháp hay thức uẩn. Điều này giải thích lý do tại sao ngài Huyền Trang không dịch là *duy biểu*, mà dịch là *duy thức*." (Cf. Tuệ Sỹ, *Thành duy thức luận*, trang 22, 23, 24).

Giữa hai chữ Duy biểu và Duy thức, ở Việt Nam đã có một số nhà Phật học Việt Nam nhầm lẫn, phổ biến tư liệu truyền dạy, do đó mà thầy Tuệ Sỹ giải thích lại cho người nghiên cứu tránh ngộ nhận.

Sau năm 75, có giai đoạn sách vở của thầy Tuệ Sỹ không được in ấn phổ biến. Vài người đam mê văn chương của thầy, bắt gặp đâu đó có tác phẩm của thầy là họ cố mua, hay mượn về chép tay. Bản thân tôi không những chép tay mà còn học thuộc lòng những đoạn văn hay. Năm thầy viết tác phẩm "*Lễ tháng bảy cho những oan hồn phiêu bạt*", tôi vừa có bản Cảo trong tay, phần dẫn nhập tôi cứ đọc tới đọc lui, bởi lời văn như một loại rượu có độ nồng cao, chưa nhấp vào môi mà đã chếnh choáng say:

"*Tục truyền tháng bảy mưa ngâu...* nhịp cầu ô thước bắc qua dải Ngân-hà; hai tâm hồn lẻ loi cô độc, hằng đêm tư lự trong nỗi sầu ly biệt thiên thu giữa bầu trời cao rộng, chọn mùa mưa sụt sùi để gặp nhau, chỉ trong một thoáng chốc, rồi đời cũng như con nước trôi xuôi... Đây đó, giữa những cụm rừng khuya u tịch, vẫn còn có những oan hồn cô độc, lần mò tìm lại nẻo sống của một thời xa xưa. Kẻ chết và người sống, khéo hẹn nhau để chu tất những món nợ ân tình đã từng chôn sâu dưới lòng đất..."

Sau 75, "*Lễ tháng bảy cho những oan hồn phiêu bạt*" là tác phẩm ngắn nhất (theo Cảo bản vỏn vẹn chỉ có 14 trang A4) nhưng có giá trị nhất. Bởi nội hàm chứa đựng cả nỗi niềm sâu nặng của tác giả gửi gắm trong tác phẩm.

Tác phẩm đề cập nghi lễ cúng thí cô hồn hay gọi là trai đàn chẩn tế theo truyền thống Phật giáo Bắc tông tại Việt Nam. Đầu tiên, thầy giải thích nghi thức này dựa trên nền tảng của triết học Mật giáo... Sau đó khoa nghi thí thực này được truyền sang Trung Hoa từ đời Đường do Bất Không Tam tạng, một truyền nhân của Mật giáo. Các tác phẩm liên hệ đến khoa thí thực cô hồn do ngài dịch gồm: *Phật thuyết cứu bạt diệm khẩu ngạ quỉ đà-la-ni kinh*, *Thí ngạ quỉ ẩm thực cập thủy pháp*, *Du-già tập yếu cứu A-nan đà-la-ni diệm khẩu quỉ nghi kinh* và *Du-già tập yếu diệm khẩu thí thực nghi*.

Nếu chúng ta chú mục, trong "*Lễ tháng bảy cho những oan hồn phiêu bạt*" tản văn phần chính đề cập nhiều đến "Văn tế thập loại" của Nguyễn Du và chỉ nêu một, hai câu đại biểu trong *Du-già tập yếu thí thực nghi quỹ* (瑜伽集要施食儀軌, hay gọi *Du-già Diệm khẩu thí thực khoa nghi* 瑜伽燄口施食科儀). Thầy viết:

"Nếu gác qua tính chất tôn giáo, cùng nền tảng triết lý của nó, khoa nghi chẩn tế được đem ra thực hiện ở nhân gian, một cách nào đó, là những tiếng than ai oán, và uất ức, của những con người cô khổ, sống kiếp lưu linh đày đọa. Tác dụng văn chương của nó có thể thấy rõ qua kiệt tác *Văn tế thập loại chúng sinh* của Nguyễn Du. Nghi thức thực hành vẫn y nguyên chữ Hán, cũng có bản dịch nôm, như của H.T Bích Liên. Nhưng các thầy vì sính chữ Hán nên ít ai chịu làm theo khoa nghi tiếng Việt. Thực tế thì văn thỉnh thập loại chữ Hán không phải là áng văn chương nổi tiếng của Trung hoa. Văn từ phần nhiều sáo rỗng, nhiều điển tích vô hồn. Nhưng được cho là hay, vì thói quen. Và cũng do trình độ thưởng thức văn chương của người nghe."

"Nhiều điển tích vô hồn...", thầy muốn nói đến nội dung trong *Du-già tập yếu thí thực nghi quỹ* (1, X59n1080, p. 262a12), ví dụ lời triệu thỉnh thứ nhất:

"Tây lai chiến hạm, thiên niên vượng khí nga thâu; bắc khứ loan dư, ngũ quốc oan thanh vị đoạn (西來戰艦千年王氣俄收北去鸞輿五國冤聲未斷)."

(Văn dịch: *Phương Tây ồ ạt, chiến hạm rền vang. Ngàn năm vượng khí hiên ngang, phút chốc tàu thâu thê thảm. Phương Bắc xe loan, mịt mờ vó ngựa. Năm nước oan khiên tiếp diễn, ngậm ngùi ngập xác sanh linh!)*

Văn trên nói về lịch sử Trung Hoa: Đế chúa trong bao nhiêu triều đại, sống cao sang trong cung điện... Nhưng chiến thuyền Tây Tấn (西來戰艦/ Tây lai chiến hạm, chỉ triều đại nhà Tấn, sau thời Tam quốc) ào đến đánh chiếm Đông Ngô năm 280, thì vượng khí... bất ngờ tan mất trong chốc lát. Năm nước oan khiên tiếp diễn: Bắc Tống bị giặc Kim đánh đuổi, đày cả 5 chi của họ ấy vào sa mạc Mông cổ, chết cả ở đó, tiếng gào oan khóc đến nay chưa tắt.

Nói chung, thầy mượn "*Lễ tháng bảy cho những oan hồn phiêu bạt*", như nói lên tâm sự của mình. Có lẽ ở Việt Nam, khoa nghi chẩn tế được sử dụng rất sớm, từ thời Lý Anh tông, niên hiệu Đại định 11 (1150), Đỗ Anh Vũ bị tội. Để cứu tình nhân của mình, Lê Thái hậu tổ chức nhiều pháp hội. Hoặc khoa nghi này xuất hiện thời Tăng thống Huệ Sinh tịch năm Gia khánh thứ 6 (1064), đời Lý Thánh tông, có để lại tác phẩm Pháp sự trai nghi, rất có thể nói đến nghi thức chẩn tế. Về sau đến thời nhà Nguyễn, các chúa thường hay tổ chức các pháp sự hay trai đàn tại chùa Linh mụ. Theo tiểu sử chùa, năm Giáp ngọ, dưới thời Chúa Nguyễn Phúc Chu, chùa được trùng tu, nhân đó, Chúa cho tổ chức đại trai đàn. Gia Long năm thứ 2 (1803), vua tổ chức trai đàn bạt độ cho các quan linh tử trận (Cf. Tuệ Sỹ Văn tuyển I, Nxb Hồng đức, trang 277). Suốt một chiều dài lịch sử, quý thầy trong chùa (theo hệ Phật giáo Bắc tông) đều sử dụng *Du-già Diệm khẩu thí thực khoa nghi*, cho đến hiện tại vẫn vậy. Trong nội dung đó hoàn toàn mang điển tích Trung Hoa và triệu thỉnh cô hồn, chiến sĩ trận vong của Trung Hoa. Do đó, "*Lễ tháng bảy...*" với ngôn từ văn chương và sự khiêm cung, không nói được sự thật mà tác giả muốn nói, chỉ âm thầm gửi thông điệp đến Phật tử cũng như các tri thức trong Phật giáo: Tại sao chúng ta không dùng Khoa nghi tiếng Việt của Nguyễn Du, hay nói cách khác chúng ta cần soạn lại để triệu thỉnh những hồn người Việt từng ngã xuống vì dân tộc này, gương sáng ấy rất nhiều?

Tôi nghĩ, trong văn chương khiêm cung của một thiên tài không phải niềm chết lặng hoàn toàn, vẫn là lời kêu gọi đánh thức cho hậu thế. Nó mang giá trị sử liệu sâu xa, bổ túc cho những tâm tư còn xao lãng trong cái đêm dài lịch sử...

Tâm Nhãn

LƯNG TRỜI CÁNH HẠC ĐI VỀ HOÀNG HÔN

TỪ TƯ TƯỞNG, TRÍ TUỆ ĐẾN HÀNH TRÌNH GIÁO DỤC CỦA ÔN TUỆ SỸ

THÍCH NỮ KHÁNH NĂNG - HẠNH THÂN

Lưng trời cánh hạc

Với lòng kính cẩn và tri ân, xin được cùng hướng về vị Thầy chung của chúng ta: Hòa Thượng Thích Tuệ Sỹ, người đã một đời cống hiến cho sự nghiệp văn hoá, giáo dục và sự tồn vong của Chánh Pháp. Người là bậc Cao tăng, Thạc đức của Phật giáo Việt Nam. Người là hiện thân của Bồ-đề nguyện và Bồ-đề hành. Người là bậc Đại sĩ, bằng bi nguyện và hùng lực đã giữ vững con thuyền Đạo pháp trong lòng Dân tộc. Từ thuở thiếu thời, Người đã bộc lộ tài hoa, cốt cách và phẩm hạnh cao quý của Sa môn. Tuổi ba mươi đã phải khép lại những trang cảo thơm, lên rừng xuống biển, chịu lênh đênh cùng vận nước thăng trầm. Bản án tử hình không khiến Người dao động tâm tư, chỉ làm sáng thêm tinh thần "uy vũ bất năng khuất". Tù đày và quản thúc không thể thay đổi được một người đã quyết tâm sống trọn vẹn với những giá trị mình đã lựa chọn. Người là minh chứng của tinh thần vô uý, vô cầu của các bậc Thánh đệ tử Phật. Người là biểu tượng của hàng xuất gia, những người biết định hướng đời sống mình trong chuỗi đời vô tận, biết gánh vác trách nhiệm kế thừa sự nghiệp của Thầy Tổ, để giữ gìn ngôi nhà Chánh Pháp.

Trong buổi chiều thơ nhạc thiền và tọa đàm hôm nay, con biết trong đây có Hòa Thượng Nguyên Siêu và nhiều vị là học trò thân cận lâu năm của Ôn, rất nhiều chư vị thức giả hoặc trực tiếp hoặc gián tiếp đã được học với Ôn và có kiến tri sâu sắc về Ôn. Do vậy, những lời phát biểu của con chỉ là những lời bộc bạch của một người đệ tử nhỏ nói về Thầy mình—người Thầy có ơn giáo dưỡng và truyền cảm hứng bất tận cho con trên lộ trình tu tập Bồ-đề nguyện và Bồ-đề hành.

Nói về Ôn, con không dám nghĩ rằng con cảm nhận được sự uyên bác của Ôn qua từng câu chữ; con không dám nghĩ mình có thể hiểu được hết những hành trạng của Ôn. Hai mươi năm được Ôn dạy dỗ, hai mươi năm ấy từng việc Ôn làm, từng lời Ôn nói, đối với con đều là công án. Đọc sách của Ôn, con đọc với lòng thành kính như khi con lễ Phật. Dịch sách của Ôn, con thận trọng từng câu chữ. Vì con biết rõ chỉ bằng sự nghiêm cẩn, tĩnh tâm và thận trọng ấy, thì con mới hiểu được Ôn muốn nói gì, qua câu chữ và đằng sau câu chữ.

Dấu ấn của người Thầy

Hai năm qua, nhiều lần nhắm mắt lại, con lắng nghe những xúc cảm tưởng đã ngủ yên trong tâm, bỗng cựa mình thức giấc. Con không ngăn dòng nước mắt tự động chảy mỗi khi nhớ Ôn. Trong tâm con lúc ấy là bầu trời trong xanh trải dài vô tận, và Ôn như cánh hạc vút tầng không, bỗng cánh hạc lẫn khuất đâu đó, con không tài nào nhìn ra được nữa. Cố dõi mắt tìm dấu vết giữa hư không, rồi trước mắt con hiện ra những bóng nắng chập chờn trên đại dương. Con thấy mình là một giọt nước lấp lánh đầu non. Giọt nước lần theo dấu vết của cánh hạc mà chảy trôi về biển. Giọt nước cứ thế trôi lăn. Mở mắt ra, nhìn lên di ảnh Ôn trong phòng, nơi con vẫn cúng trà lên Giác linh Ôn mỗi ngày, Ôn nhìn con, ánh mắt từ bi sâu thẳm.

Nhớ lại năm 2004, lần đầu tiên con được Ôn cho phép vô Thị Ngạn Am ở Quảng Hương Già Lam, sự tò mò của một cô ni nhỏ lúc ấy chỉ xoay quanh vấn đề ngủ nghỉ. Con nhìn khắp phòng, chỉ có bàn Phật và bàn Ôn ngồi làm việc, xung quanh là những kệ sách chất đầy với nhiều ngôn ngữ mà con chưa hề được tiếp cận. Không giấu được sự tò mò, con hỏi Ôn: "Bạch Ôn, vậy Ôn ngủ ở đâu?" Ôn cười, chỉ vào chiếc ghế đang ngồi: "Ở đây". Cô ni ấy lại hỏi tiếp: "Một ngày Ôn ngủ khoảng bao nhiêu tiếng?" Ôn trả lời: "Khoảng hai, ba tiếng." Cô ni ấy ra về cùng với thắc mắc khác. Và những thắc mắc nối tiếp xung quanh đời sống của Ôn chưa hề mất đi sau hai mươi năm.

Những năm ngoài hai mươi tuổi, con làm thơ viết văn, Ôn không nói gì, chỉ nhắc nhẹ trong một lần con pha trà cho Người: "Làm thơ thì làm thơ nhưng đừng có bi lụy. Mà người làm thơ thì bi rồi. Bi thì bi nhưng đừng có lụy, người ta có quỳ trước mặt mình thì cũng phải bước qua mà đi." Cô ni nhỏ vì kính Ôn mà giữ từng lời trong tâm, nhưng lúc ấy vẫn thấy mâu thuẫn, vẫn không tài nào hiểu được. Mãi đến nhiều năm sau, khi gặp việc, thì chính câu nói của Ôn năm nào đã nâng cô ni đứng dậy. Lúc ấy cô ni mới hiểu, thì ra sự "bước qua mà đi" này đâu phải bước qua một đối tượng nào đó trước mặt, mà từ chính những hệ lụy của tâm mình.

Cuối năm 2017 sau khi con hoàn tất chương trình nghiên cứu ở Tích Lan trở về, Ôn dạy cần đi Mỹ học thêm về Tây Tạng và Khoa học Não. Để giới thiệu về Khoa học Não, thay vì ngồi giảng giải, Ôn đưa con cuốn Khoa Học của Thiền[1] kèm câu nói: "Đọc đi, có nhiều cái hay nơi." Đọc xong cuốn sách, niềm yêu thích khoa học trong con cũng chớm nở từ đó. Song, người học trò vì muốn được ở gần Thầy nên không chịu đi học tiếp. Bằng sự thiện xảo của một bậc đại trí, Ôn chỉ ngồi tâm sự, nói ra những điều chưa ai làm được để cho học trò suy nghĩ và tự quyết định, rồi hỏi: "Nói Thầy nghe, giờ ở nhà làm gì?" Con không biết trả lời sao. Suy nghĩ mấy hôm rồi con thưa Ôn: "Dạ, bạch Ôn, vậy con đi Mỹ học thêm vài năm nữa." Ôn cười vui: "Đi học xong rồi về Thầy dạy cho." Sau đó Ôn bàn với Thầy Lê Mạnh Thát đưa con qua Mỹ học tiếp. Và người học trò lại một lần nữa lên đường du học.

Trong Kinh Hoa Nghiêm, Thiện Tài đồng tử do được thôi thúc bởi lý tưởng Phật thừa và chí hướng Bồ-tát đạo vừa khơi mở, nên bày tỏ với Bồ-tát Văn Thù khát vọng được chỉ dẫn con đường tu học và thực hành Bồ-tát hạnh. Thấu hiểu tâm nguyện ấy, Bồ-tát Văn Thù chỉ dạy Thiện Tài cầu chân thiện tri thức, và đã giới thiệu Thiện Tài đến gặp Tỳ-kheo Đức Vân, mở ra hành trình tầm cầu thiện tri thức

---

[1] *The Science of Meditation – How to Change Your Brain, Mind and Body* by Daniel Goleman & Richard Davidson.

kéo dài qua 51 nơi để học hỏi và thực chứng đạo lý. Con nay học theo hạnh Thiện Tài nên nghêu ngao khúc độc hành ca: "Chân đồi xanh luống cải/đời ta xanh viễn phương".[2]

Rời xa Ôn, con biết con đang bỏ biển để đi tìm những dòng sông. Song, con vẫn vui vẻ chấp nhận ra đi, vì con hiểu rõ, rồi đến một ngày những dòng sông sẽ đưa con trở về với biển.

Con qua Mỹ chưa được một năm thì Ôn qua Nhật chữa bệnh. Giai đoạn ấy căn bệnh ung thư khiến xương của Ôn yếu đi, các ngón tay cũng bị cứng đi. Chị Sớm Mai, con gái của bác Nguyên Hạnh – Nhã Ca, mua cây đàn piano gởi qua Nhật để Ôn luyện ngón. Chị sợ Ôn la nên nói, "Mẹ con mua cho Thầy." Ôn im lặng một lúc rồi nói: "Thầy đánh đàn có ích lợi chi, để tiền cho Khánh Năng học." Rồi Ôn nói thêm: "Nhờ Thầy bệnh mà có tiền cho Khánh Năng đi học." Sau khi nói chuyện với Ôn, chị gọi sang kể và nhắc con: "Cô phải cố gắng đó, chứ Ôn nói với em nhờ Thầy bệnh mà có tiền cho Khánh Năng đi học."

Sau khi nói chuyện với chị Sớm Mai, con ngồi lặng một lúc rồi viết email gởi Ôn. Hình ảnh Ôn xúc động kể về quý Ôn ngày xưa lại hiện về trong tâm. Con vẫn nhớ từng lời Ôn nói: "Ôn Trí Thủ một đời chỉ lo đào tạo Tăng tài. Thời đó khó khăn, mỗi người mỗi nơi, không ai học được. Ôn Trí Thủ nói: 'Tui chịu nhục cho các thầy làm việc.' Ôn Trí Thủ nói thêm: 'Một ngày có thể không có mặt trời, một ngày Tăng không thể không tu và không học.' Ôn Trí Quang thì nhịn ăn để viện trợ, để lo cho đàn em là Ôn Minh Châu đi du học." Giọt nước chảy ra từ khoé mắt, tim con như bị bóp nghẹt, và ở đó có một ngọn lửa đã được khơi sáng, ấm nóng. Con hiểu hơn nguyện và hành của Ôn trong mạch nguồn Chánh Pháp không đứt đoạn ấy. Những gì quý Ôn ngày xưa làm cũng là những gì ngày nay Ôn đã và đang làm cho thế hệ của con. Ôn không cần gì cho mình, chỉ một lòng vì sự nghiệp giáo dục và đào tạo thế hệ kế thừa. Rồi từ sự hiểu đó mà con đã ý thức được trách nhiệm và bổn phận của mình, và giờ đây giáo dục đã trở thành một phần máu thịt trong con, là lẽ sống của con.

---

[2] Thơ Ôn Tuệ Sỹ

Con ngồi lặng, xâu chuỗi lại từng ký ức rời trong hai mươi năm qua. Nhớ lại năm 2008 vì vừa đang theo học ở Ôn, vừa biên tập cho Tập san Pháp Luân do Ôn chủ trương, và lại đang học chương trình Anh văn của Hội Việt Mỹ, nên không chùa Ni nào ở Sài Gòn chịu nhận con cả. Ôn phải đích thân qua chùa Phước Hòa ở quận Gò Vấp để gởi. Hai Sư bà Phước Hoà đã từng làm cho Đại học Vạn Hạnh ngày xưa nên rất mừng vui khi được gặp lại Ôn sau mấy mươi năm. Vừa gặp hai Sư bà, Ôn đã nói ngay: "Để mấy cô có thời gian học, đừng có bận bịu đám xá cúng kiếng, có gì tui chịu." Ôn về rồi, Sư bà gọi con lên phòng dạy: "Con phải cố gắng học đừng để Ôn buồn, từ xưa đến giờ Ôn chưa bao giờ làm vậy. Ôn nhỏ tuổi thua Sư, nhưng Ôn như là thầy của Sư."

Phép lạ của giáo dục

Đối với Ôn, giáo dục vẫn là sự ưu tiên hàng đầu. Trong Huyền Thoại Duy-Ma-Cật, Ôn đã nêu câu chuyện về thanh niên cư sỹ Kevaṭṭa để nói về phép lạ của giáo dục: "Có lần, thanh niên cư sỹ Kevaṭṭa đề nghị Phật dạy cho các tỳ-kheo thần thông biến hóa, như vậy có thể thu phục đức tin của nhiều người hơn bằng phép lạ siêu nhiên. Đức Phật từ chối. Ngài chỉ xác nhận một phép lạ thôi. Đó là giáo giới thị đạo, tức là phép lạ của sự giáo dục. Không ích gì khi có khả năng biến hóa một người tí hon thành khổng lồ, làm thân hình bốc lửa các thứ. Chỉ đáng tán thưởng, khi phép lạ là khả năng biến một con người hung ác thành một bậc Thánh từ tâm quảng đại."[3]

Cô ni nhỏ ngày nào đã dần lớn lên trong tâm yêu thương và sự thiện xảo dạy dỗ của Ôn. Rồi con cũng hiểu được phép lạ của giáo dục, rồi con cũng hiểu được vì sao Ôn nói "có thiên tài âm nhạc, thiên tài toán học, thiên tài này thiên tài kia, nhưng không bao giờ có thiên tài giáo dục."

Ngày nay khi con biết nghĩ đến trách nhiệm của mình thì Ôn đã ra đi. Không còn Ôn hướng dẫn, muốn làm gì con đều phải tự mình. Tự

---

[3] Tuệ Sỹ, *Huyền Thoại Duy-Ma-Cật* (TP HCM: Nhà Xuất Bản Phương Đông, 2007), 88.

mình học kham nhẫn. Tự tu luyện chính mình. Sau khi Ôn tịch, chỗ nương tựa duy nhất của con là những trước tác và dịch phẩm mà Ôn để lại.

Di sản trí tuệ và tư tưởng

Mỗi khi nhớ Ôn, con lần giở các bài kinh trong A-hàm ra đọc. Mỗi khi cần trưởng dưỡng Bồ-đề nguyện và Bồ-đề hành, con đọc Thắng Man Giảng Luận, Du-Già Bồ-Tát Giới. Mỗi khi cần nhắc nhở về lý tưởng sống đạo, con đọc Duy-Ma-Cật Sở Thuyết và Huyền Thoại Duy-Ma-Cật. Mỗi khi cần thưởng thức một tuyệt tác khảo luận văn học—mà ở đó thi ca, văn học, triết học và thiền học như hoà lẫn vào nhau—con đọc Tô Đông Pha Những Phương Trời Viễn Mộng. Mỗi khi cần tìm về những 'phương trời viễn mộng', cần lần theo dấu vết "lưng trời cánh hạc đi về hoàng hôn", con đọc Giấc Mơ Trường Sơn, Thiên Lý Độc Hành, Ngục Trung Mị Ngữ.

Nếu Huyền Thoại Duy-Ma-Cật và Thắng Man Giảng Luận là những bản nguyện ca của tâm chứng ngộ, thì Tổng Quan Về Nghiệp và Thiền Định Phật Giáo lại là những tác phẩm nghiên cứu Phật học hàn lâm, mà ở đó người nghiên cứu Phật học nghiêm túc nhìn thấy Ôn trên cả ba lĩnh vực: nhà tư tưởng, nhà nghiên cứu và nhà giáo dục.

*** Tổng Quan về Nghiệp**

Tác phẩm Tổng Quan Về Nghiệp là một tổng hợp khoa học, tôn giáo và triết học. Với kiến thức Phật học uyên thâm cộng với sự thành thạo nhiều cổ ngữ và sinh ngữ, cũng như sự thông thạo cả hai luồng tư tưởng Đông Tây, Ôn đã tổng hợp, đã dựng lại toàn bộ văn minh tư tưởng của nhân loại qua khảo luận dày công này. Chủ đề về nghiệp được bàn từ nhận thức phổ thông quần chúng, đến tư duy triết học và tôn giáo; từ sự tương đồng giữa nghiệp với Vật lý cổ điển, Cơ học lượng tử, Tâm phân học và Khoa học não, đến nghiệp trong giáo nghĩa A-hàm cho đến các bộ phái luận thuyết. Đặc biệt phần ba của sách: "Nghiệp luận A-tì-đạt-ma", nghiệp được bàn một cách chi li, từ 'Thể tính của nghiệp' đến 'Luật nghi và nghiệp đạo' cho đến 'Nghiệp và nghiệp quả', qua đó người học Phật sẽ hiểu nghiệp trong mối tương quan: nghiệp-ký ức-tự ngã—chủ thể luân hồi; hay nói cách khác, sau khi tạo tác, nghiệp được tích lũy và tồn tại như thế nào để cho quả trong nhiều đời sau.

Câu Phật ngôn khó hiểu, khó chấp nhận, cũng như khiến các luận sư hàng đầu của các học phái Phật giáo nỗ lực không ít để lý giải: "*Có nghiệp được tạo tác, có quả dị thục được lãnh thọ, nhưng không có người tạo tác, không có người lãnh thọ*" đã trở nên dễ hiểu qua vấn đề đồng bộ não mà Ôn đã bàn luận ở phần "Tâm phân học và Khoa học Não". Ngoài ra, Ôn cũng đề cập đến các thí nghiệm đo đạc của các nhà khoa học não trên các hành giả thiền để lấy đó "*làm cơ sở khoa học cho lý giải quá trình chuyển đổi nghiệp: thay đổi tâm để thay đổi não, thay đổi não để thay đổi hành vi ứng xử, như trong các trường hợp thọ giới, trì giới và phá giới.*"[4]

Ôn là một bậc thầy cấp tiến, đã tiên phong trong việc đưa những tiến bộ của khoa học phương Tây đến gần với nền minh triết phương Đông. Ôn gợi mở một hướng nghiên cứu mới khi liên hệ nghiệp với ký ức: "*Toàn bộ quá trình ký ức này, từ nhập liệu cho đến truy xuất, hoàn toàn tương ứng với quá trình tạo tác, tích lũy và cho quả của nghiệp.*"[5] Ôn tiếp thu những lợi ích của khoa học hiện đại, nhưng cũng không quên nhắc nhở về những giới hạn khó vượt qua của nó trong vấn đề lý giải nghiệp: "*Trong thế kỷ hiện tại, với sự phát triển nhanh chóng của khoa học não, cơ chế vật lý của ký ức được lý giải một cách thuyết phục, tuy vẫn còn nhiều mong đợi, nhưng cơ chế đó tự động hoàn toàn như một bộ máy, hay có sự chi phối của những yếu tố phi vật chất, như ý thức chẳng hạn, vẫn chưa có lý giải nhất trí. Cơ chế vật lý được lý giải bởi khoa học não cũng chỉ là những kết quả quan sát, thí nghiệm, đo đạc trên thân thể vật lý này và chỉ trong đời này. Khi thân này rã, ký ức được tàng trữ trong thân vật lý này cũng biến mất theo. Nếu giả thiết, ngoài cơ chế vật lý của ký ức, còn có sự tham gia của một yếu tố phi vật chất, không nhất thiết là ý thức, để lấy đó làm cơ sở tiếp cận đến vấn đề nghiệp tích lũy, cho đến trong đời sau được xử lý để cho quả dị thục của nó. Phương pháp tiếp cận này không*

---

[4] Tuệ Sỹ, *Tổng Quan Về Nghiệp* (Đà Nẵng: Nhà Xuất Bản Đà Nẵng, 2021), 62.

[5] Tuệ Sỹ, *Tổng Quan Về Nghiệp*, 307-308.

phải là bất khả, nhưng khả tín đến mức nào, còn tùy thuộc nhiều yếu tố."[6]

Dường như vẫn lo ngại người đọc còn lúng túng trong nhận thức, Ôn thêm vào phần phụ luận: "Ký ức và Nghiệp" với những ví dụ thiết thực trong đời sống để lý giải cho câu "*có tác nghiệp nhưng không có tác giả*": "*Ngày nay, một người đi đến một máy ATM, ra lệnh xuất tiền, máy làm theo lệnh đúng với số lượng yêu cầu, và mọi người biết rõ, trong đó không có một con người thường trực ngồi đó để xuất tiền theo lệnh, cũng không có một cái gì gọi là ý thức được cài trong đó. Vậy thì, có hành vi làm mà không có con người làm, cũng như có tác nghiệp nhưng không có tác giả. Tuy nói vậy, lý giải này còn xa vời mới được chấp nhận. Vì sao? Cũng còn xa mới có câu trả lời. Bởi vì, kinh nghiệm không thể phủ nhận, rằng tôi nhớ hôm qua, ngày trước, những năm tháng trước, tôi làm gì. Cái tôi trước đó và cái tôi này là một, dù thân thể của tôi có thể đổi khác.*"[7]

Ngoài ra, Ôn còn nêu ví dụ về quá trình xông hương để giải thích về quá trình huân tập tự ngã để chúng ta dễ liên tưởng và tư duy: "*Như vách tường, hay những vật có khả năng hấp thụ hương và khói, được xông thơm hay xông thối; thường xuyên được xông hương hay xông thối, càng lúc nồng độ của mùi ngửi càng tăng, cho đến khi không còn vật xông, mà vật hấp thụ mùi xông vẫn phát sinh khả năng yêu hay ghét nơi người đến tiếp xúc. Khi hội đủ điều kiện, danh ngôn ấy hiện hành cùng với tâm thức yêu ghét.*"[8]

Như vậy, quá trình xông hương cũng đồng với quá trình tích lũy kinh nghiệm từ những gì đã từng thấy, từng nghe, thành ký ức để về sau hoài niệm, nhớ tưởng, hoặc buồn hoặc vui. Trong quá trình tích luỹ này, cái xuất hiện trước diệt, biến chuyển để thành cái sau, cái xuất hiện sau khác biệt với cái trước, tạo thành chuỗi tương tục. Chuỗi tương tục này là một quá trình huỷ thể liên tục, như khi hạt giống được gieo xuống đất, nó tự hủy và biến chuyển để thành cái khác, do đó xuất hiện mầm, chồi, cành lá, cho đến hoa trái, v.v...

---

[6] Tuệ Sỹ, *Tổng Quan Về Nghiệp*, 309.

[7] Tuệ Sỹ, *Tổng Quan Về Nghiệp*, 310.

[8] Tuệ Sỹ, *Tổng Quan Về Nghiệp*, 342.

Ngoài hư không có dấu chim bay

Đến đây thì chúng ta đã rõ, nghiệp hay ký ức nói chung, và ký ức về Ôn nói riêng, mà con cũng như mọi người trong đây hoài niệm, nhớ tiếc là gì, nó có ảnh hưởng gì đến tư duy, nhận thức và quá trình hình thành tự ngã—chủ thể của luân hồi sinh tử hay Niết-bàn tịch tịnh hay không. Rõ ràng, chúng ta không nắm giữ được thời gian, nhưng có thể kéo dài khoảnh khắc đến vô tận trong ký ức của chính mình. Ký ức, như vậy, có thể nhận chìm ta xuống biển sâu của nước mắt, và cũng chính ký ức ấy nâng tâm hồn ta lên. Và điều này tuỳ thuộc vào sự nhìn ngắm và quán chiếu của mỗi người.

Ôn đã ra đi nhưng di sản trí tuệ mà Ôn để lại lợi lạc đến ngàn sau.

"'*Năm chầy đá ngủ lòng khe*
Lưng trời cánh hạc đi về hoàng hôn.'[9]

80 năm qua, Ôn như cánh hạc cô độc đi về trong chiều tà rồi nắng quái, nắng quái rồi chiều tà. Rồi một ngày nọ, cánh hạc đã vút tầng không; chúng ta không còn nhìn thấy cánh hạc trong buổi hoàng hôn bay về núi nữa. Song, với những gì Ôn để lại—những trước tác dịch phẩm, phục hưng lại Công trình phiên dịch Đại Tạng Kinh Việt Nam mang tính hàn lâm quốc tế—cũng như ân đức giáo dưỡng của Ôn đối với bao thế hệ học trò, ký ức về Ôn trong tâm thức chúng ta, chúng ta có thể nói rằng, "*ngoài hư không có dấu chim bay*"[10] là điều khả dĩ.

Để kết thúc, con xin đọc bài thơ mà Ôn đã viết khi Ni sư Trí Hải viên tịch vào năm 2003. Bài thơ là tiếng vọng vô ngôn của Ôn—một bậc Đại sĩ tự tại đến đi. Bài thơ cũng nói thay chúng ta, nỗi niềm của những người ở lại:

"*Cánh chim đã vượt qua vũng lầy sinh tử*
Bóng nắng rọi lên dòng huyễn hóa
Thân theo tro tàn bay

---

[9] Thơ Ôn Tuệ Sỹ

[10] Thơ Ôn Tuệ Sỹ

Hoa trắng vỡ trên đại dương sóng cả
Sao trời chợt tắt giữa lòng tay
Sương còn đọng trên đầu cây lá
Đến rồi đi nước lững vơi đầy
Heo hút bờ hoang ảnh giả
Người sống mỏi mòn trong nhớ tiếc không khuây."

Chúng Hương Am, Quý Thu 2025

Thích Nữ Khánh Năng – Hạnh Thân

Trà chiều ở Thị Ngạn Am.
Ảnh do Khánh Năng chụp vào tháng 10 năm 2017.

ACROSS THE SKY, A CRANE SLOWLY WINGS ITS WAY TOWARD THE SUNSET

FROM THOUGHT AND WISDOM TO THE EDUCATIONAL PATH OF MASTER TUỆ SỸ

To the memory of my beloved master: A tribute written for the Second-Year Memorial Ceremony honoring the late Master Tuệ Sỹ

A crane gliding across the open sky.

With reverence and gratitude, I honor our shared Master: The Most Venerable Thích Tuệ Sỹ, whose life has been dedicated to culture, education, and the preservation of the True Dharma. A revered monk and a virtuous master of Vietnamese Buddhism, he embodies the vows and path of a Bodhisattva. He is a great sage who, with compassion and strength, has steadfastly upheld the boat of Buddhadharma within the heart of the nation. From a young age, he showed talent, noble qualities, and the traits of a renunciate. By thirty, he had closed the pages of fragrant letters and journeyed through mountains and seas during turbulent times. A death sentence did not lessen his resolve; instead, it strengthened the spirit that "power and prestige cannot be resisted." Imprisonment and house arrest could not change his commitment to live fully according to his chosen values. He stands as a living testament to the fearless, desireless spirit of the Buddha's noble disciples—a symbol of a Buddhist renunciate dedicated to inheriting the master's teachings and safeguarding the house of the True Dharma.

At today's poetic, musical, and meditation symposium, I acknowledge the presence of the most venerable Nguyên Siêu, as well as many longstanding disciples of the Master, and numerous learned individuals who have studied with the Master either directly or indirectly, possessing a profound understanding of him. My words, therefore, are a heartfelt tribute from a humble disciple speaking about my Master, who has consistently nurtured and inspired my journey in cultivating the Bodhisattva vows and the Bodhisattva path.

Referring to the Master, I find it difficult to say I fully understand his wisdom based on his written words; I also hesitate to claim I completely understand all of his actions. Having studied under him for twenty years, every gesture and statement has served as a koan for me. When reading his books, I approach them with reverence, as if paying homage to the Buddha. While translating his writings, I am cautious with each word, knowing that only through conscientiousness, calmness, and carefulness can I truly grasp the Master's intended message—both through and beyond the words.

The Master's Imprint

Over the past two years, as I close my eyes, I quietly listen to emotions I believed had long been dormant within me, only to find them awakening suddenly. I cannot stop the tears that naturally fall whenever I think of the Master. During these moments, I envision an expansive blue sky, with the Master resembling a crane's wing extending into the sky. Suddenly, the crane vanishes—no longer in sight. I strain my eyes, searching the emptiness for a sign, and shimmering lights appear on the ocean before me. I see myself as a shimmering drop of water on the mountain's edge. The drop traces the crane's wing, flowing toward the sea and continuing onward. When I open my eyes, I look up at the Master's portrait in the room, where I still offer him tea every day. He gazes at me with eyes full of deep compassion.

I remember my first visit in 2004 when the Master welcomed me to Thị Ngạn Am at Quảng Hương Già Lam. As a young nun, I was mainly curious about where he slept and rested. I looked around and saw only the Buddha's altar and the Master's work desk, surrounded by shelves filled with books in many languages I had never encountered before. Unable to hide my curiosity, I asked the Master, "Venerable Master, where do you sleep?" The Master smiled and pointed to his chair: "Here." I asked again, "How many hours do you sleep each day?" He replied, "About two or three hours." I left with more questions, and these questions about the Master's life have stayed with me for over twenty years.

In my twenties, I wrote poems and prose. The Master said nothing, but once gently reminded me while I was preparing tea for him: "If you write poetry, write poetry, but don't be sentimental. But poets tend to be sentimental. It's okay to be sentimental, but don't be overly attached or clingy. Even if someone kneels before you, you should step over and move on." Out of respect, the young nun kept these words in her heart, but at that time, she found them contradictory and hard to understand. Only many years later, when facing hardships, did those words help her stand back up. She then realized that 'stepping over and moving on' means not stepping over another person, but overcoming the entanglements of her own mind.

At the end of 2017, after finishing my studies in Sri Lanka and returning home, the Master advised me to go to the U.S. to deepen my understanding of Tibetan language and neuroscience. Instead of giving a formal lecture, he simply handed me the book "The Science of Meditation"[1] with the words, "Read it, there's a lot of good in there." Reading it ignited my interest in science. However, I hesitated to pursue further studies abroad because I wanted to stay close to the Master. With the wisdom and skill of a great teacher, the Master sits and talks gently, sharing things that no one else has been able to do for Buddhism, encouraging the student to think independently and make their own decisions. Then, the Master asks, "Tell me, what do you do at home now?" I didn't know how to answer. After days of pondering,

---

[1] *The Science of Meditation – How to Change Your Brain, Mind and Body* by Daniel Goleman & Richard Davidson.

I responded, "Venerable Master, I will go to the U.S. to study for a few more years." The Master smiled and said, "Come back after your studies, and I will teach you." He then discussed with Professor Lê Mạnh Thát the possibility of sending me to the U.S., and once again, I set off for overseas study.

In the Avataṃsaka Sūtra, the youth Sudhana, inspired by the ideal of the Buddha Vehicle and the newly awakened Bodhisattva resolve, expresses his desire to learn how an awakened being practices and attains enlightenment. Recognizing his wish, Mañjuśrī Bodhisattva guides him to seek true spiritual friends and benefactors, and introduces him to the monk Meghaśrī, also known as Auspicious Cloud, initiating his journey to meet 51 spiritual friends for the purpose of learning and realization. Following Sudhana's example, I now hum the solo song: "Green mustard rows at the hill's foot/ My life is a greenness heading toward distant lands."[2]

Leaving the master, I recognize I am stepping away from the sea to explore rivers. However, I welcome this departure because I know that eventually, these rivers will lead me back to the sea.

Less than a year after I arrived in the US, the Master traveled to Japan for treatment. At that time, his cancer had weakened his bones and stiffened his fingers. Sister Sớm Mai, the daughter of Buddhist Nguyên Hạnh – Nhã Ca, bought a piano and sent it to Japan so the Master could exercise his fingers. Fearing a scolding, she told him, "My mother bought it for you." The Master remained silent briefly and then asked, "What use is piano playing to me? Use the money for Khánh Năng's studies." He added, "Because of my illness, there is money to support Khánh Năng's education." After his words, she called me to remind me: "You must try your best because our Master said that 'thanks to my illness, there was money for Khánh Năng's education.'"

After talking with Sister Sớm Mai, I sat quietly for a moment and

[2] Master Tue Sy's poem, translated by Thich Nu Khanh Nang.

wrote an email to the Master. The image of the Master emotionally recounting the venerable masters of the past came to mind. I still remember the Master's every word: "The Master Trí Thủ devoted his life to training capable monks. In those difficult times, everyone was scattered, and no one could study well. The Master Trí Thủ said, 'I endure humiliation for your work.' The Master Trí Thủ added: 'There may be days without sun, but there can never be a day when monks do not practice and study.' The Master Trí Quang fasted to support the younger monks like the Master Minh Châu studying abroad." Tears welled up in my eyes, my heart felt tight, and a warmth and brightness ignited within me. I came to understand the Master's vow and practice in the unbroken lineage of the True Dharma more deeply. What the venerable masters did in the past is what the Master has done and continues to do for my generation. The Master seeks nothing for himself, only wholeheartedly dedicates himself to education and nurturing successors. From this realization, I became aware of my responsibilities and duties, and now education is a vital part of my being, my purpose for living.

I quietly reflected on the past twenty years. In 2008, I studied with the Master, helped edit the Phap Luan journal he founded, and took English courses at the VUS English center. At that time, no nun's temple in Saigon was willing to accept me. The Master personally came to Phước Hòa Temple in Gò Vấp district to place me there. The two venerable chief nuns at Phước Hòa, former employees of Vạn Hạnh University, were pleased to see the Master again after many years. When meeting the venerable nuns, the Master immediately said, "Let the young ones focus on studying, don't worry about rituals; I'll take care of it." After the Master left, the chief nun called me into her room and said, "You must work hard not to disappoint the Master. From the beginning until now, the Master has never done this. Though younger than me, he, the Master, is like my teacher."

The Miracle of Education

For the Master, education was always his top priority. In Huyền

Thoại Duy-Ma-Cật[3], the Master shares the story of the lay youth Kevaṭṭa to demonstrate the power of education: "*Once, Kevaṭṭa, a lay youth, asked the Buddha to teach monks supernatural powers to perform miracles, hoping to increase faith among many others. The Buddha refused, affirming that the only true miracle is the miracle of education. There's no value in abilities like transforming a tiny person into a giant or creating a flaming body. True admiration lies in transforming a cruel person into a saint filled with boundless compassion.*"[4]

The young nun from those days has matured in the Master's loving and skillful guidance. I now see the miracle of education and understand why the Master said: "There may be musical geniuses, mathematical geniuses, this genius or that genius, but there is never a genius in education."

Today, as I reflect on my responsibilities, I realize the Master has passed away. Without the Master's guidance, I must handle everything independently. I need to develop patience on my own and focus on self-cultivation. Since the Master's passing, my sole refuge has been the writings and translations he left behind.

The Intellectual and Ideological Legacy

Whenever I think of the Master, I turn to the Āgama scriptures for guidance and inspiration. To strengthen my Bodhisattva Vows and Bodhisattva Path, I consult Thắng Man Giảng Luận[5] and Du-Già Bồ-Tát Giới[6]. Reminding myself of the ideals of the spiritual journey, I

---

[3] *The Legend of Vimalakīrti*: A commentary on Vimalakīrti by Master Tue Sy.

[4] Tuệ Sỹ, *Huyền Thoại Duy-Ma-Cật* (TP HCM: Nhà Xuất Bản Phương Đông, 2007), 88.

[5] A Vietnamese translation and commentary of the *Śrīmālādevī Siṃhanāda Sūtra* (*The Lion's Roar of Queen Śrīmālā*) by Master Tue Sy.

[6] A Vietnamese translation and commentary of the *Bodhisattvabhūmāv ādhāre yogasthāne daśamaṃ śīlapaṭalam* (the tenth chapter on moral conduct in the Bodhisattvabhūmi) by Master Tue Sy.

read Duy-Ma-Cật Sở Thuyết[7] and Huyền Thoại Duy-Ma-Cật[8]. When I seek a literary masterpiece blending poetry, literature, philosophy, and meditation, I turn to Tô Đông Pha Những Phương Trời Viễn Mộng[9]. To explore the concept of 'distant dream skies,' following the trace of 'across the sky, a crane slowly wings its way toward the sunset,' I read Giấc Mơ Trường Sơn[10], Thiên Lý Độc Hành[11], Ngục Trung Mị Ngữ[12]. If Huyền Thoại Duy-Ma-Cật and Thắng Man Giảng Luận are hymns of enlightened realization, then Tổng Quan Về Nghiệp[13] and Thiền Định Phật Giáo[14] are scholarly works where serious Buddhist researchers see the Master as a thinker, scholar, and educator.

*** Tổng Quan Về Nghiệp: Overview on Karma**

Overview on Karma is a comprehensive synthesis of scientific, religious, and philosophical ideas. Drawing on profound Buddhist knowledge, fluency in numerous ancient and modern languages, and an understanding of both Eastern and Western philosophies, the Master has meticulously compiled and reconstructed the entire spectrum of human intellectual civilization in this comprehensive treatise.

The discussion of karma covers a wide spectrum, from everyday understanding to philosophical and religious perspectives. It

---

[7] A Vietnamese translation of the *Vimalakīrti Nirdeśa: Holy Teaching of Vimalakīrti* by Master Tue Sy.

[8] A Vietnamese translation and commentary of the *Vimalakīrti Nirdeśa: Holy Teaching of Vimalakīrti*, titled "The Legend of Vimalakīrti," by Master Tue Sy.

[9] A commentary on Su Dongpo.

[10] Master Tue Sy's poetry collection.

[11] Master Tue Sy's poetry collection.

[12] Master Tue Sy's poetry collection.

[13] A book about Karma by Master Tue Sy is in the process of being translated into English by Thich Nu Khanh Nang and Phil Stanley.

[14] A book on Buddhist Meditation by Master Tue Sy.

explores similarities with classical physics, quantum mechanics, psychoanalysis, and neuroscience. Additionally, it examines karma within Āgama teachings and various doctrinal schools. The third section of the book, "Karma in the Abhidharma," delves deeply into karma—discussing 'The Nature of Karma', 'Restraint and the Path of Action', and 'Karma and Its Ripening Result'. This section aims to help Buddhist students understand the connection between karma, memory, and the self, as well as its role in the cycle of rebirth, or saṃsāra. It explains how karma, generated by actions, accumulates over time and continues to shape future lives.

A complex and confusing Buddhist phrase that has puzzled many prominent Buddhist interpreters—"There is karma to be created, there is ripening result to be received, but there is no creator, there is no recipient"—becomes clearer through the topic of neuronal synchronization discussed by the Master in the section on "Psychoanalysis and Neuroscience." Additionally, the Master mentioned experiments by neuroscientists on meditators that "provide a scientific basis for explaining the transformation of karma: changing the mind to change the brain, and changing the brain to change behavior, as seen in cases such as receiving precepts, observing precepts, and breaking precepts."[15]

The Master was an innovative teacher who integrated Western scientific advancements with Eastern wisdom. He introduced a new research approach that links karma to memory: "This entire memory process, from initial encoding to eventual retrieval, mirrors the concept of creating, accumulating, and giving results of karma."[16] The Master appreciated the benefits of modern science but also cautioned about its limitations in providing explanations karma: "*In the modern era, with the rapid development of neuroscience, the physical mechanism of memory has been convincingly explained, although much remains to be understood; however, there is still no unanimous explanation*

---

[15] Tuệ Sỹ, *Tổng Quan Về Nghiệp* (Đà Nẵng: Nhà Xuất Bản Đà Nẵng, 2021), 62.

[16] Tuệ Sỹ, *Tổng Quan Về Nghiệp*, 307-308.

as to whether this mechanism operates entirely like a machine or is influenced by non-physical factors, such as consciousness. The physical mechanisms explained by neuroscience are the results of observations, experiments, and measurements on this physical body and are limited to this life. When this body disintegrates, the memories stored within it also disappear. If we assume that, in addition to the physical mechanism of memory, there is also the participation of a non-physical element, not necessarily consciousness, to use that as a basis to approach the issue of the accumulated karma, until in the next life, it is processed to bring about its ripening result. This approach is not impossible, but its reliability depends on many factors."[17]

Still concerned that readers might be confused, the Master included an appendix titled "Memory and Karma," which provides practical examples of everyday life explaining the phrase, 'There is karma to be created, there is ripening result to be received, but there is no creator, there is no recipient': "In the present day, when someone uses an ATM to withdraw money, the machine complies with the request by dispensing the correct amount of money without the need for a permanent operator or any consciousness within it. This means that the action is carried out without a person doing it, similar to the process of completing the action without a doer. However, this explanation is far from being accepted. Why? Because experience cannot be denied, I remember what I did yesterday, the day before, and years ago; the previous "me" and the current "me" are one, despite any changes in my physical body."[18]

The Master also used the example of burning incense to demonstrate the process of accumulating the self, making the analogy clearer to understand: "*Like walls or objects that can absorb fragrance and smoke and can be infused with either pleasant or unpleasant scents. Over time, the concentration of the scent increases until the object no longer needs to be fumigated, yet continues to evoke feelings of love or hate in those who come*

[17] Tuệ Sỹ, *Tổng Quan Về Nghiệp*, 309.

[18] Tuệ Sỹ, *Tổng Quan Về Nghiệp*, 310.

into contact with it. When the right conditions are met, these accumulated verbal expressions (abhilāpa) manifest with the consciousness of love and hate."[19]

Thus, the process of burning incense mirrors gathering experience from what has been seen and heard into memory for later recall, whether it's sadness or joy. In this accumulation process, what appears first fades away and transforms into what comes next; each new moment differs from the one before, creating a continuum. This continuum is a constant process of change, similar to planting a seed in the soil, which self-destructs and transforms into something else, eventually becoming shoots, branches, leaves, flowers, and fruit.

In the emptiness, a bird's trace remains

So far, we have a clear understanding of karma and memory in general, especially the memory of the Master, which I, along with everyone here, reminisce about and miss. We understand what it is, how it affects our thinking, cognition, and the development of the self, the subject of saṃsāra or Nirvana. While we cannot truly grasp time, we can extend a single moment infinitely within our memory. Memory has the power to drown us in tears or lift our spirits, depending on each person's observation and contemplation.

The Master has passed away, but his intellectual legacy will continue to benefit future generations.

"'*Year after year, the stones lie deep in the ravine,*
Across the sky, a crane slowly wings its way toward the sunset.'[20]

For the past 80 years, the Master has resembled a solitary crane walking home as evening falls, with the sun casting a final, slanting glow. Then the day fades again, and the sun offers one last, slanting glow. One day, the crane soared into the sky; we no longer saw it flying toward the mountains at sunset. Still, through the Master's

---

[19] Tuệ Sỹ, *Tổng Quan Về Nghiệp*, 342.

[20] Master Tuệ Sỹ's poem, translated by Thich Nu Khanh Nang.

legacy—his writings, translations, the renewed international Vietnamese Tripitaka Translation Project, and his caring mentorship across generations—the Master's presence lives on in our minds, allowing us to say, *"in the emptiness, a bird's trace remains."*[21]

In conclusion, I wish to share a poem written by the Master following the passing of Venerable Bhikṣuṇī Trí Hải in 2003. The poem reflects the essence of emptiness, capturing the spirit of a great sage who comes and goes freely. It also expresses the feelings of those of us who were left behind:

"The bird has journeyed through the swamp of life and death.
Sunlight illuminates the illusory stream.
The body turns to ashes, scattered over the sea.
White, broken flowers drift on the vast ocean waves.
Suddenly, the star vanishes into a palm.
Dew remains on treetops and leaves,
Coming and going with the water's flow.
The wild shore is deserted, like a phantom shadow.
The living grow weary in deep, longing remembrance."[22]

Chúng Hương Am, Fall 2025

Thích Nữ Khánh Năng – Hạnh Thân

---

[21] Master Tuệ Sỹ's poem, translated by Thich Nu Khanh Nang.

[22] Master Tuệ Sỹ's poem, translated by Thich Nu Khanh Nang.

IM LẶNG, NÓI NĂNG NHƯ CHÁNH PHÁP

VĨNH HẢO

Có một thời, đất nước điêu linh, dân tình thống khổ, tuổi trẻ mất hướng, đạo pháp có nguy cơ bị lồng ghép, uốn nắn vào khuôn khổ nhà nước dưới quyền điều hành của một đảng phái chính trị thế tục, Sư lên tiếng phản đối.

Tiếng nói của Sư như tiếng gầm sư tử, chấn động sơn lâm, muông chim khiếp sợ. Nhà nước bắt giam, kết án tử hình Sư. Trong tù, trước tòa, Sư vẫn hiên ngang, biểu lộ dũng khí của một tử tù, một nhà tu xem tứ đại giai không.

Bản án tử hình của Sư do sự can thiệp của quốc tế cũng như sự vận động của các đồng đạo trong nước, ngoài nước, đã được giảm thành chung thân, rồi xuống 20 năm, rồi 14 năm, Sư được phóng thích.

Ra khỏi nhà tù, Sư liền vùi đầu vào việc giảng dạy, dịch thuật, sáng tác đồng thời tham gia công cuộc phục hoạt giáo hội. Giáo hội ấy đã bị cấm chỉ hoạt động từ hơn hai thập niên trước đó. Sư tiếp tục cất tiếng nói của kẻ sĩ, viết kháng thư và nhiều văn bản khác phản đối chính sách hà khắc, bất công của chế độ đối với dân tộc và đạo pháp.

Rồi từ ba nhân tố[1] cốt lõi của giáo hội, Hội đồng Lưỡng viện[2] được công khai tuyên bố phục hoạt, tự khẳng định sự tồn tại của mình

---

[1] Ba vị lãnh đạo trụ cột của Giáo Hội Phật Giáo Việt Nam Thống Nhất là Hòa thượng Thích Huyền Quang (Phó Viện trưởng Viện Hóa Đạo), Hòa thượng Thích Quảng Độ (Tổng Thư ký Viện Hóa Đạo) và Thượng tọa Thích Tuệ Sỹ (thành viên Hội đồng Phiên dịch Viện Tăng Thống). Ba vị đều là những lãnh đạo cao cấp của giáo hội, từng bị tù đày, lao lý, quản thúc suốt từ năm 1975. Nhà cầm quyền luôn tìm cách cô lập, ly gián, dập tắt tiếng nói của ba vị nhưng không thành công.

trong lòng đạo pháp và dân tộc. Nhưng đối với chế độ cầm quyền, đây như là một thách thức của một tôn giáo đối với quyền lực chính trị; do đó, chính quyền phải ra tay. Trước hết phải triệt hạ Sư và các vị đồng viện trong nước; tiếp đến là giải tán các giáo hội hải ngoại với thuyết âm mưu là có một lực lượng ủng hộ Sư nhằm đưa Sư lên làm lãnh đạo tối cao. Giáo hội từ đó bị thao túng bởi một cư sĩ hoạt đầu chính trị cùng một số vị tăng tham quyền, phe phái, đã phá nát, phân rẽ tổ chức từ trong nước ra đến hải ngoại. Từ lâu Sư vốn đã là một cái gai đối với chế độ cầm quyền, nay lại bị đồng đạo và các tổ chức chính trị tố giác như là một kẻ vì địa vị danh vọng mà quay lưng với giáo hội, thỏa hiệp với bạo quyền.

Từ đó, có một thời Sư im lặng. Sư rút về tĩnh thất, cặm cụi phiên dịch kinh điển và âm thầm đào tạo một thế hệ Tăng Ni trẻ với đầy đủ chánh kiến, ngôn ngữ, và kiến giải Phật học. Trong khi đó, trên thực tế sinh hoạt của giáo hội, cũng như trên các diễn đàn ảo và liên mạng xã hội, nhiều đồng đạo và các vị nhân danh chống chính quyền độc tài, đã vu khống, mạ lỵ, chửi bới Sư với những lời lẽ thâm độc, nặng nề, thậm chí lỗ mãng – đến nỗi người đọc tin có cảm tưởng như Sư lại bị đưa lên đoạn đầu đài để "tử hình" lần nữa, chỉ bằng ngôn từ xấu ác, tàn độc. Và đến nỗi, 163 nhà văn, nhà thơ và trí thức tự do ở ngoài nước, đã phải ký tên trong "Bản lên tiếng của văn nghệ sĩ tự do về trường hợp nhà thơ Tuệ Sỹ" vào ngày 26/10/2007, nhằm bảo vệ văn thi hữu của mình, bất kể vai trò tôn giáo của Sư:

"Hiến chương Văn Bút Quốc Tế (International PEN) minh định rằng, văn chương không có biên giới, không tùy thuộc vào các biến cố chính trị của các dân tộc... / hội viên văn bút chủ trương tự do báo

[2] Hội đồng Lưỡng viện gồm 2 viện là Viện Tăng Thống và Viện Hóa Đạo. Ngày 01/10/2003, tại Đại hội Nguyên Thiều (Bình Định), Giáo Hội Phật Giáo Việt Nam Thống Nhất công bố thành phần nhân sự của Lưỡng viện, trong đó HT. Huyền Quang được suy tôn Đệ tứ Tăng Thống (từ Đại hội triển khai tại Tu viện Quảng Đức, Úc châu ngày 10, 11 & 12/10/2003); HT. Thích Quảng Độ, Viện trưởng Viện Hóa Đạo; TT. Thích Tuệ Sỹ, Phó Viện trưởng Viện Hóa Đạo; cùng với hơn 30 vị tôn túc trong và ngoài nước, được thỉnh vào Hội đồng Giáo Phẩm Trung ương Viện Tăng Thống và Ban Chỉ Đạo Viện Hóa Đạo Giáo Hội Phật Giáo Việt Nam Thống Nhất Hoa Kỳ.

chí và cũng cương quyết chống lại việc lạm dụng tự do báo chí để đăng tải những tin tức không xác thực, ngụy tạo hoặc xuyên tạc sự thật với mục đích cá nhân hay chính trị.

Trong tinh thần đó, chúng tôi, những văn nghệ sĩ tự do, hết sức bất bình trước những thông tin có tính cách hàm hồ, võ đoán, từ một số báo chí, điện tử thư, diễn đàn tin tức liên mạng chính trị hay tôn giáo, qua đó, các tác giả hữu danh hoặc nặc danh, đã kết án, cáo buộc, xuyên tạc, nhục mạ văn hữu của chúng tôi là Tuệ Sỹ với những tội danh hoặc phẩm chất xấu một cách vu vơ không bằng chứng. Một trong những cáo buộc tâm điểm của chiến dịch vu khống xuyên tạc này cho rằng Tuệ Sỹ thỏa hiệp hoặc đi theo cộng sản, trong khi chính Tuệ Sỹ từng là một người cầm bút bất khuất, kiên cường cất lên tiếng nói của lương tâm để chống lại sự bạo ngược bất công của chế độ cộng sản, đến nỗi phải nhận bản án tử hình...

Trong khi Tuệ Sỹ vẫn còn sống trong nước, bị kiểm soát và bị giới hạn về ngôn luận thì ở hải ngoại, với quyền tự do phát biểu được hiến pháp bảo vệ, người ta đã dùng cái quyền cao quý ấy để công kích, chụp mũ, mạ lỵ ông một cách tàn nhẫn, không chút tiếc thương. Và trong khi một số báo chí, diễn đàn hải ngoại rầm rộ trong chiến dịch vu khống, triệt hạ uy tín của Tuệ Sỹ suốt nhiều tháng qua, người ta chỉ thấy ông một mực im lặng. Sự im lặng này có thể đối với ông là điều tự nhiên của một nhà tu trong hạnh nhẫn nhục, nhưng đối với những người cầm bút, chúng tôi thấy nó đã và đang trở thành cơ hội tốt cho những tâm địa xấu xa, tiếp tục phát ngôn bừa bãi, tấn công vào một người không phương tự vệ hoặc không có ý biện bạch bào chữa."[3]

Dù các văn nghệ sĩ tự do đã lên tiếng như thế, những người tỵ hiềm, đố kỵ, thù ghét Sư, vẫn tiếp tục xuyên tạc, vu khoát, tố giác Sư trên khắp các diễn đàn. Trong khi đó, Sư vẫn im lặng không một lời cãi chính, biện bạch, dù bằng đối thoại trực tiếp (với các vị đồng viện

---

[3] Mời đọc toàn văn bản và xem danh sách các văn nghệ sĩ tự do nhiều thế hệ đã lên tiếng như sau:
https://www.vinhhao.info/Tapghi/Ban%20len%20tieng%20ve%20truong%20hop%20nha%20tho%20Tue%20Sy.htm

trong giáo hội) hay bằng một văn bản nào trên mạng xã hội. Sư lặng lẽ, chỉ lo việc dịch thuật, giảng dạy.

Cho đến một ngày, sau hơn 14 năm im lặng (từ năm 2005 bị loại ra khỏi Ban Chỉ Đạo Viện Hóa Đạo mà không có một văn thư chính thức nào), Sư đã được Hòa thượng Thích Quảng Độ ủy thác việc điều hành Viện Tăng Thống Giáo Hội Phật Giáo Việt Nam Thống Nhất[4]. Bấy giờ, giáo hội chỉ còn mỗi HT Thích Quảng Độ sau khi ra Quyết định số 12, giải tán toàn bộ nhân sự của Ban Chỉ Đạo Viện Hóa Đạo[5]. Trước tình huống như vậy, Sư biết Sư là nhân tố cuối cùng, là kỳ vọng tối hậu của tiền nhân để thừa tiếp mạng mạch giáo hội. Sư không thể chối từ. Sư im lặng tâm lãnh sự ủy thác.

Vậy là, có một thời Sư lại lên tiếng. Lần này là lên tiếng cho sự tồn vong của giáo hội, và cho tương lai của Phật Pháp. Sư viết: "Giáo Hội Phật Giáo Việt Nam Thống Nhất không phải là một hiệp hội thế tục, do đó, không tự đặt mình dưới sự chỉ đạo của bất cứ quyền lực thế tục, không là công cụ bảo vệ sự tồn tại của bất cứ xu hướng chính trị, của bất cứ tổ chức thế tục nào; không hành đạo, hoằng đạo theo bất cứ định hướng ý thức hệ nào; duy chỉ một định hướng duy nhất: Thập phương Bạc-già-phạm nhất lộ Niết-bàn môn; một cứu cánh

[4] Ngày 24 tháng 5 năm 2019, HT. Thích Quảng Độ ban hành Giáo Chỉ số 14, nói rõ:

"Điều 2: Thỉnh cử Hòa Thượng Thích Tuệ Sỹ thay Tôi đứng đầu vào vị trí của Viện Tăng Thống, bảo đảm tiếp tục sứ mệnh của Giáo Hội Phật Giáo Việt Nam Thống Nhất trong tương lai. Tôi hoàn toàn tin tưởng và ủy thác trọng trách này cũng như trao toàn quyền cho Hòa Thượng Tuệ Sỹ điều hành mọi hoạt động của Giáo Hội.

"Điều 3: Bất cứ lúc nào, khi hội đủ điều kiện thuận duyên, Hòa Thượng Thích Tuệ Sỹ thay mặt Viện Tăng Thống triệu tập Đại Hội Bất Thường để bầu cử nhân sự mới cho tất cả các chức vụ trong Viện Hóa Đạo Giáo Hội Phật Giáo Việt Nam Thống Nhất."

[5] Quyết Định số 12 do Đức Đệ Ngũ Tăng Thống GHPGVNTN, ban hành vào ngày 25 tháng 11 năm 2018, với Điều 4 và Điều 5 như sau: "Điều 4: Giải tán mọi nhân sự và chức vụ trong Ban Chỉ đạo Viện Hoá Đạo nhiệm kỳ 2018 – 2020 quy định trong Giáo chỉ số 18 do Viện Tăng Thống ban hành ngày 8 tháng 8 năm 2018." "Điều 5: Trong thời gian chờ Viện Tăng Thống triệu tập Đại hội bất thường GHPGVNTN công cử nhân sự mới cho Viện Hoá Đạo, tạm ngưng mọi hoạt động của Viện Hoá Đạo cùng mọi nhân sự Ban Chỉ đạo quy định trong Giáo chỉ số 18 do Viện Tăng Thống ban hành ngày 8 tháng 8 năm 2018."

duy nhất là giải thoát." Đây là sự trùng tuyên lập trường của giáo hội đồng thời tái định hướng cho các thế hệ Tăng Ni và Phật tử mai sau.

Với thân lão bệnh ở cuối đời, Sư để lại một di sản đồ sộ của văn hóa giáo dục và khơi mở công trình phiên dịch Thánh điển cho hàng hậu duệ nhằm tiếp nối sự nghiệp trí tuệ của tiền nhân, của tương lai Phật giáo Việt Nam.

Một đời 80 năm của Sư, nói năng như Chánh pháp, im lặng như Chánh pháp. Nói hay im cũng vì Phật Pháp, vì lợi ích của số đông. Không ngại lên tiếng trước bạo quyền dù phải đối diện với án tử hình; và kham nhẫn im lặng đối với đồng đạo, tôn sư dù phải chịu bao điều tiếng thị-phi, oan ức.

Có thể nói công hạnh như vậy là công hạnh của hàng Thánh giả.

THẦY TUỆ SỸ, NGƯỜI NGHỆ SĨ VÀ NHÀ TU THOÁT TỤC

HUỲNH KIM QUANG

"Ngược xuôi nhớ nửa cung đàn
Ai đem quán trọ mà ngăn nẻo về."
(thơ Tuệ Sỹ)

Quán trọ là cõi tạm thế gian. Nẻo về là Niết-bàn lộ. Từ quán trọ đến Niết-bàn, nói xa thì muôn trùng vạn dặm của ba A-tăng-kỳ kiếp, mà nói gần thì chỉ cách nhau trong đường tơ kẽ tóc của một móng tâm. Tâm khởi động thì ở quán trọ. Tâm tịch lặng thì là Niết-bàn. Khi khởi tâm "nhớ nửa cung đàn" thì đang ở quán trọ.

Nhưng hãy để ý chữ "nửa cung đàn" là cách ẩn dụ của nhà thơ Tuệ Sỹ. Nó diễn bày một cách tinh tế cảm thức siêu thoát của nhà thơ. Nhớ trọn cung đàn thì đó là thứ nhớ nhung bị vướng lụy của tình cảm phàm tình. Nhớ "nửa cung đàn" thì đó chỉ là dư âm lướt nhẹ qua tâm hồn rỗng lặng như cánh chim bay qua bầu trời xanh không để lại dấu vết gì.

Thầy Tuệ Sỹ là người nghệ sĩ siêu thoát, như có lần nhà bình luận văn học Đặng Tiến đã viết về thơ của Thầy trong bài "Âm trầm Tuệ Sỹ":

"Thơ bao giờ cũng phản ảnh ba tính cách: môi trường xã hội trong lịch sử; ngôn ngữ trong những biến chuyển với thời đại; và tác giả, qua đời sống hàng ngày; nhưng ở Tuệ Sỹ đời sống hằng ngày, ý thức và vô thức dường như đã thăng hoa, thành một siêu thức. Ngôn ngữ do đó cũng siêu thoát, khó bề lý giải chân phương và đơn phương."

Thầy Tuệ Sỹ là một người có tâm hồn rất nghệ sĩ. Thầy yêu thơ và nhạc. Thầy viết trong bài "Lục Bát Viên Linh," giới thiệu tập thơ "Thủy Mộ Quan" của nhà thơ Viên Linh rằng, *"Không biết tự bao giờ, là thiên mệnh, hay là huyền sử, tôi đọc thơ và yêu thơ từ những chuyện lãng du.*"

Thầy biết chơi nhiều loại nhạc cụ như đàn piano, đàn violin, đàn guitar, và sáo. Tôi nghe nhiều người bạn kể rằng, Thầy Tuệ Sỹ học đàn violin từ một Linh mục là bạn của Thầy. Điều khá thú vị trong câu chuyện này là trước khi học thì Thầy và vị Linh mục có giao ước rằng, vị Linh mục dạy violin cho Thầy, còn Thầy thì dạy chữ Phạn cho vị Linh mục đó. Nhưng, trong khi Thầy đã học và biết chơi đàn violin thì vị Linh mục kia vẫn chưa học xong chữ Phạn. Thật ra thì chuyện này cũng không khó hiểu lắm, bởi vì Thầy bẩm sinh có năng khiếu về văn học nghệ thuật. Còn vị Linh mục được đào luyện trong truyền thống thần học La Tinh thì đối với cổ ngữ Sanskrit là hoàn toàn xa lạ.

Tôi còn nhớ vào giữa tháng 10 năm 2004, khi một vài học trò năm xưa của Thầy gọi điện thoại từ hải ngoại về hầu thăm vị ân sư của mình, Thầy Tuệ Sỹ nói rằng Thầy có ý định soạn các bản nhạc giao hưởng (symphony) Phật Giáo để cho trình diễn. Rất tiếc, vì Thầy bận nhiều công việc dịch thuật, giảng dạy và Phật sự của Giáo Hội, rồi sau đó thì bệnh duyên kéo đến nên Thầy đã không làm được. Một cách nào đó, đây là một mất mát lớn lao đối với nền âm nhạc Phật Giáo Việt Nam. Quả thật như vậy, Phật Giáo chúng ta thiếu những bản nhạc giao hưởng lớn để trình diễn trong các đại lễ để góp phần vào việc hoằng pháp hữu hiệu hơn.

Thầy Tuệ Sỹ còn là nhà văn, nhà thơ trác tuyệt. Thầy viết nhiều truyện ngắn và làm nhiều bài thơ được nhiều người ưa thích. Hiện có mấy thi phẩm của Thầy đã được phổ biến như "Ngục Trung Mỵ Ngữ" (bằng chữ Hán, làm trong thời gian Thầy ở tù lần đầu vào cuối thập niên 1970s); "Giấc Mơ Trường Sơn" (gồm vài bài thơ Thầy làm trước năm 1975, còn hầu hết đều được làm sau năm 1975); "Những Điệp Khúc Cho Dương Cầm" (được xuất bản vào năm 2009); "Thiên Lý Độc Hành" (được Thầy làm trong khoảng những năm 2011 và 2012). Thầy còn viết một tác phẩm nổi tiếng về nhà thơ Tô Đông Pha ở thời Nhà Tống của Trung Hoa là cuốn "Tô Đông Pha Những Phương Trời Viễn Mộng."

Nhắc đến tác phẩm "Tô Đông Pha Những Phương Trời Viễn Mộng," tôi nhớ đến bài viết "Cụ Quách Tấn, cụ Đào Duy Anh và thầy Tuệ Sỹ" của Thầy Phước An. Trong đó Thầy Phước An kể lại chuyện nhà thơ Quách Tấn đã có lần nói về tác phẩm này rằng, "*Tôi nhớ có một lần ông [Quách Tấn] đã nói với tôi rằng, ở Việt Nam có hai tác phẩm viết về Tô Đông Pha (một đại thi hào nhà Tống của Trung Quốc), một của Nguyễn Hiến Lê và một của Tuệ Sỹ. Nhưng theo ông, Nguyễn Hiến Lê chỉ mới đứng từ xa mà nhìn ngọn Lô Sơn, còn Tuệ Sỹ thì mới đích thực là kẻ đã vào được 'thâm xứ' ấy.*"

Cũng trong bài này, Thầy Phước An còn kể chuyện học giả Đào Duy Anh sau năm 1975 khi vào Nha Trang thăm nhà thơ Quách Tấn có hỏi cụ Quách Tấn là ông nên đến thăm ai, thì cụ Quách Tấn nói ngay là nên đến thăm Thầy Tuệ Sỹ. Nên cụ Đào Duy Anh đã leo núi lên Chùa Hải Đức ở Nha Trang để thăm Thầy Tuệ Sỹ. Thầy Phước An kể tiếp rằng, "*Khi tiễn Đào Duy Anh xuống núi, ông cứ đi một đoạn là dừng lại bắt tay anh Tuệ Sỹ, những cái bắt tay rất chặt. Cứ như vậy ông bắt tay cho đến khi xuống cuối dốc chùa mới thôi. Điều ấy chứng tỏ rằng Đào Duy Anh rất trân trọng về cuộc gặp gỡ này.*"

Nhà thơ Bùi Giáng vào năm 1969 đã có bài bình luận rất đặc sắc về bài thơ "Không Đề" của Thầy Tuệ Sỹ. Trong đó nhà thơ Bùi Giáng viết rằng, "Nhưng ai có ngờ đâu nhà sư kín đáo e dè kia, không hề bao giờ có vướng lụy, lại còn mang một nguồn thơ Việt phi phàm? Một bài thơ "Không đề" của ông đủ khiến ta khiếp vía mất ăn mất ngủ." Bài thơ Không Đề như sau:

Đôi mắt ướt tuổi vàng cung trời hội cũ
Áo màu xanh không xanh mãi trên đồi hoang
Phút vội vã bỗng thấy mình du thủ
Thắp đèn khuya ngồi kể chuyện trăng tàn
Từ núi lạnh đến biển im muôn thuở
Đỉnh đá này và hạt muối đó chưa tan
Cười với nắng một ngày sao chóng thế
Nay mùa đông mai mùa hạ buồn chăng
Đếm tóc bạc tuổi đời chưa đủ
Bụi đường dài gót mỏi đi quanh

Giờ ngó lại bốn vách tường ủ rũ
Suối nguồn xa ngược nước xuôi ngàn

Thường chúng ta nghĩ rằng nghệ sĩ là người đa sầu đa cảm. Tất nhiên, đó cũng chính là ưu điểm của người nghệ sĩ mà người bình thường không có. Nhờ có tâm hồn nhạy bén, đa sầu đa cảm mà người nghệ sĩ dễ cảm xúc, dễ rung động trước mọi thứ xảy ra chung quanh mình để cho trái tim rung lên những nhịp điệu sáng tạo thành lời, thành chữ. Nhưng, đa sầu đa cảm cũng chính là tâm thức ủy mị, yếu đuối của người nghệ sĩ dễ bị nhận chìm trong vòng xoáy của buồn, vui, yêu, ghét, sầu, hận.

Thầy Tuệ Sỹ trong cuốn "Huyền Thoại Duy Ma Cật," một luận giải uyên áo về con người, tư tưởng và hành trạng của Bồ-tát Duy Ma Cật, đã viết về người nghệ sĩ như sau:

"Người nghệ sỹ nắm bắt thực tại bằng nhận thức mỹ cảm, nhặt vô biên trong một hạt cát, đón vĩnh cửu trong từng khoảnh khắc sát na. Chất liệu để ông làm rung động âm thanh tịnh lạc bằng chính những tiếng khóc, tiếng cười của mọi chúng sinh trong đau khổ hay hoan lạc, từ trên các tầng trời cao nhất của Vô sắc giới, cho đến cõi đọa đày thống khổ nhất trong địa ngục A-tỳ."

Là một nghệ sĩ biết rung động với tiếng khóc, tiếng cười, nỗi đau khổ và hoan lạc của chúng sinh thì không thể nói là không có tình cảm hay là tình yêu. Nếu không có tình cảm thì là gỗ đá chứ không phải là hữu tình, là con người. Ở thế gian, tình yêu không đơn thuần chỉ là tình trường nam nữ với lòng khát ái câu sinh, mà còn là tình yêu nét đẹp diệu kỳ của thiên nhiên, tình yêu cao cả trong mối quan hệ huyết thống gia đình và tình tự quốc gia dân tộc... Tình yêu của người mẹ dành cho con cái của mình là thứ tình yêu thiêng liêng và cao quý. Nó miên trường bất tận như dòng thác từ trên cao đổ xuống. Nó là chất liệu nuôi dưỡng những đứa con từ măng non đến trưởng thành. Thầy Tuệ Sỹ đã chỉ cho chúng ta thấy sự huyền diệu bất khả tư nghì của tình yêu trong cuốn "Thắng Man Giảng Luận" của Thầy:

"Tình yêu là cơn bão dữ nhận chìm con người xuống biển sâu của nước

mắt, nhưng đồng thời tình yêu cũng là hương vị ngọt ngào nuôi lớn thánh thai của Bồ-tát. Trong ý nghĩa đó tình yêu được đồng nhất với Như Lai tạng, cái bào thai cưu mang để sinh trưởng những phẩm tính siêu việt của Như Lai, của những đấng Giác ngộ và Cứu thế. Nó bao gồm cả hai mặt, ô nhiễm và thanh tịnh.

"Cái nhìn của con mắt thịt không bao giờ có thể vượt ra ngoài hạn chế của không gian. Nhưng cái nhìn của con mắt tình yêu không hề biết đến những giới hạn như thế. Tình yêu có khả năng thực hiện những phép lạ, những thần thông biến hóa vượt ngoài ước lượng và hiểu biết của một tâm hồn khô héo.

"Làm sao người ta có thể nghe được những lời ru ngọt ngào của suối rừng, của gió núi, khi mà tâm tư không gợi chút xao xuyến của tình yêu?"

Như thế, tình yêu dù trong ý nghĩa thế tục hay thoát tục cũng đều là nguồn mạch bất tận cho văn học và nghệ thuật. Điều khác biệt ở đây là tâm thái nhà nghệ sĩ: động hay tĩnh. Động thì lụy mà tịnh thì thoát. Nhưng trong một ý nghĩa nào đó thì động và tịnh chỉ cách nhau trong một sát na tâm. Nhà nghệ sĩ khi nhìn thấu suốt vào bản chất động hay sinh diệt không dừng trụ trong từng sát na của tâm thì biết rõ chúng không có tự tánh, chúng là giả danh, là không. Như vậy, ở ngay trong cái động, nhà nghệ sĩ thấy cái tịnh. Cho nên trong Kinh Duy Ma Cật Sở Thuyết do Thầy Tuệ Sỹ dịch, ngài Duy Ma Cật nói rằng, "Ngôn thuyết và văn tự đều là tướng của giải thoát."

Trong tiểu luận "Dẫn Vào Thế Giới Văn Học Phật Giáo," Thầy Tuệ Sỹ đã nói đến hai nền văn học Phật Giáo, đó là nền văn học của Phật Giáo Nguyên Thủy và nền văn học Đại Thừa. Theo Thầy Tuệ Sỹ, cả hai nền văn học đều lấy cảm hứng từ đời sống "cô liêu" của đức Phật và các vị tỳ-kheo làm chất liệu sáng tác cho các nhà nghệ sĩ Phật Giáo. Đó là đời sống "Một bình bát với cơm ăn của thiên hạ. Một mình lẻ bóng lang thang trên khắp mọi nẻo đường" (Nhất bát thiên gia phạn, cô thân vạn lý du). Trong cuốn "Dẫn Vào Thế Giới Văn Học Phật Giáo," Thầy đã viết:

"Rồi ra, hương vị của chánh pháp là gì? Chính là sự cô liêu ấy. Chánh pháp là dòng suối mát và ngọt của sự sống, rửa sạch tất cả những uế trược

của cuộc đời. Bởi vậy, một tâm hồn khi đã chứng nhập chánh pháp, cũng trong và mát như dòng suối ngọt ấy. Kinh Pháp cú (Dhammapada) có câu: 'Ai đã từng nếm mùi vị cô liêu, người ấy càng ưa nếm hương vị của Chánh pháp.'

"Vậy ra, đời sống cô liêu không chỉ là con đường hành đạo, mà còn là kết quả của những hành vi đã rũ sạch mọi bất tịnh."

Thầy Tuệ Sỹ cũng cho biết rằng trong văn học Đại Thừa thì sự cô liêu ấy đã đạt đến "cường độ khốc liệt và cực đoan hơn," hay đó chính là sự "cô liêu tuyệt đối." Thầy viết trong "Dẫn Vào Thế Giới Văn Học Phật Giáo":

"Và cả nơi Đại thừa, nhưng với cường độ khốc liệt và cực đoan hơn: 'Nhất thiết vô úy nhân, nhất đạo xuất sinh tử'; tất cả các bậc Vô úy, không còn sợ hãi, chỉ có một con đường độc nhất phải đi là qua bên kia bờ của sự sống và sự chết. Qua bên kia bờ là chứng ngộ tính tịch diệt của Niết-bàn, nơi đây chính là thế giới của cô liêu tuyệt đối."

Nhà tu trên con đường thực nghiệm lời dạy của đức Phật để đạt đến giác ngộ và giải thoát cứu cánh đích thị là người có đời sống cô liêu cùng tận. Cô liêu ở đây không chỉ là một đời sống cô thân xa lánh những phồn hoa đô hội, những chỗ đông người, mà còn là trạng thái tịch lặng không còn các uế trược trong tâm, là một tâm hồn rỗng lặng. Như vậy, nhà tu cho dù đang sống trong lòng xã hội, hay giữa cộng đồng Tăng già đông đảo vẫn có thể thể nghiệm trạng thái cô liêu của tâm thức.

Cô liêu cũng là chất liệu bất tận cho sự sáng tạo văn học nghệ thuật nói chung. Với tâm tĩnh lặng này, người nghệ sĩ có được sự bén nhạy phi thường đối với tất cả mọi hiện tượng xảy ra chung quanh mình. Giống như tấm gương trong sạch có thể phản chiếu mọi vật lên đó một cách tự nhiên và trọn vẹn. Khi người nghệ sĩ đắm mình trong những giây phút sáng tạo tuyệt vời, chẳng phải là họ đang thể nghiệm sự cô đơn tận cùng trong tâm thức đó sao!

Nhà văn Ernest Miller Hemingway trong bài phát biểu khi nhận Giải Nobel Văn Chương năm 1954 đã nói rằng, "Viết lách, tốt nhất, là sống cô đơn." Và ông đã viết cuốn tiểu thuyết "The Old Man and the Sea" [Nhà văn Phùng Khánh dịch là Ngư Ông và Biển Cả] trong chuyến phiêu lưu cô đơn hiu hắc trên biển cả mênh mông.

Thầy Tuệ Sỹ đã viết trong bài "Lục Bát Viên Linh":
"Thế giới thơ – cõi thơ, và thế giới thực của người làm thơ, không là một, và cũng không là hai. Buồn vui với chính mình, với tình đời và tình người, người làm thơ trong khoảnh khắc tan biến vào một thế giới hoang liêu."

Cuộc đời của Thầy Tuệ Sỹ là một hành trình cô liêu. Từ nhỏ Thầy đã chọn cuộc sống độc hành trên con đường học đạo và tu đạo. Thầy tự học các thứ, ngôn ngữ, âm nhạc, thư pháp. Thầy tự nghiên cứu các triết thuyết từ Đông sang Tây. Thầy âm thầm và tận tụy không bỏ mất một chút thời gian nào để cống hiến khả năng xuất chúng cho công cuộc phiên dịch, diễn giải và trước tác Kinh, Luật và Luận.

Thầy Tuệ Sỹ đã thực hiện, hay nói cho đúng hơn là đã lịch nghiệm sự cô liêu tận cùng vào năm 2011-12 trong chuyến đi ngàn dặm xa xôi bằng đường bộ từ thị thành đến làng mạc và rừng núi hoang vu. Trên chuyến độc hành này, Thầy đã xin ăn như một khất sĩ, đã ngủ đêm trước cổng chùa hay trong miễu hoang nơi núi rừng cô tịch. Từ cuộc hành trình cô liêu này mà chúng ta có được tập thơ "Thiên Lý Độc Hành" của Thầy. Hai đoạn đầu của tập thơ này như sau:

Ta về một cõi tâm không
Vẫn nghe quá khứ ngập trong nắng tàn
Còn yêu một thuở đi hoang
Thu trong đáy mắt sao ngàn nửa khuya

Ta đi dẫm nắng bên đèo
Nghe đau hồn cỏ rủ theo bóng chiều
Nguyên sơ là dáng yêu kiều
Bỗng đâu đảo lộn tịch liêu bến bờ

Còn đây góc núi trơ vơ
Nghìn năm ta mãi đứng chờ đỉnh cao

Hình ảnh một lữ hành đứng trên đỉnh cao dõi mắt nhìn ra khắp vũ trụ pháp giới là hình ảnh một đạo sĩ thể nhập vào thế giới trùng trùng duyên khởi để rồi lập lại đại nguyện của Phổ Hiền Bồ-tát: Hư không hữu tận, ngã nguyện vô cùng.

Nói tóm lại, Thầy đã chọn cho mình một lý tưởng hành động như Thầy đã viết ra trong bài "Dẫn Vào Thế Giới Văn Học Phật Giáo":

"Nói cách khác, trong lý tưởng hành động, trước tiên Bồ tát phải quan sát để thể chứng tánh Không. Tức là, sự xuất hiện của thế gian như hoa đốm giữa trời, bản chất của nó không bị ràng buộc bởi ý nghĩa xuất hiện hay biến mất. Từ sở chứng đó, Trí tuệ không bị ràng buộc giữa hữu hay vô, và chính nơi đây là cứ điểm để Bồ-tát thể hiện tâm nguyện Đại bi của mình."

Bằng trí tuệ siêu thoát và tâm đại bi vô biên ấy mà Thầy đã sống cuộc đời nghệ sĩ và nhà tu một cách dung thông vô ngại. Ở nơi Thầy, nghệ sĩ và nhà tu không phải hai, không phải khác. Đó chỉ là hai diệu dụng trong một con người ưu việt và thoát tục.

Nhân lễ Đại Tường tưởng niệm 2 năm sau ngày Thầy viên tịch, xin viết những dòng chữ này để tỏ bày lòng tri ân sâu xa của một người học trò đã từng thọ ơn giáo dưỡng của Thầy.

Huỳnh Kim Quang

"Lưng trần chân đất chợ người
Cát lầm bụi vẫn ta cười say sưa
Thần tiên bí quyết cũng thừa
Cây khô thoắt đã đong đưa nhụy vàng."

(Bài tụng cuối "Vào chợ buông tay" trong Mười Bài Tụng Chăn Trâu
của Hòa Thượng Quách Am, Thầy Tuệ Sỹ dịch thơ

Hình do đệ tử tại gia của Thầy là Phật tử Quảng Niệm
chụp tại tỉnh Quảng Bình, Việt Nam vào năm 2015.)

BÓNG THẦY

CƯ SĨ NGUYÊN MINH NGUYỄN MINH TIẾN

Phát biểu trong Lễ Đại tường tưởng niệm Giác linh Thầy
– Cố Trưởng lão Hòa thượng Thích Tuệ Sỹ
Tu viện Đại Bi, ngày 29 tháng 11 năm 2025

Nam-mô Bổn sư Thích-ca Mâu-ni Phật.

Kính bạch chư Tôn đức Tăng Ni,

Kính thưa quý thân hữu, đạo hữu và quý anh chị em trong Gia Đình Phật tử,

Cùng toàn thể đại chúng tham dự hôm nay, trực tiếp tại lễ đường này cũng như gián tiếp qua các phương tiện truyền thông toàn cầu.

Kính thưa liệt quý vị.

Trong không khí trang nghiêm nhưng vô cùng ấm cúng của Lễ Đại tường hôm nay, thấm đẫm đạo tình và đạo vị, con thật may mắn được Hòa thượng Trưởng ban, cũng như quý anh chị em trong Ban Tổ chức, cho phép được nói lên đôi lời cảm niệm trước Giác linh Cố Trưởng lão Hòa thượng, cũng là bày tỏ một phần nào những cảm xúc riêng để chia sẻ cùng đại chúng.

Trong phát biểu này, xin cho phép con được dùng duy nhất một tiếng THẦY để nhắc về Cố Trưởng lão Hòa Thượng, với tất cả những ý nghĩa sâu rộng, thành kính và thân thương nhất mà một người học Phật có thể dùng để nói về Thầy.

Kính thưa quý vị.

Chỉ cần nhắc đến Thầy, mỗi người trong chúng ta ở đây hôm nay hẳn đều nhớ đến rất nhiều kỷ niệm, nhiều ấn tượng khó quên. Bởi một đời hành đạo của Thầy, trong thực tế không chỉ giới hạn ở những không gian nơi Thầy hiện diện, ở những thời gian ta còn may mắn có thể đến bên Thầy. Vượt ra ngoài mọi không gian và thời gian đó, Thầy là cây cao bóng cả với tầm ảnh hưởng sâu rộng đến tứ chúng, đến khắp mọi tầng lớp Phật tử Việt Nam, ngay cả khi nhục thân của Thầy không còn nữa.

Điều này, mỗi chúng ta đều đã thấy rõ trong hơn nửa thế kỷ qua. Từ giảng đường Đại học Vạn Hạnh năm xưa, nơi ươm mầm tri thức và đạo hạnh cho nhiều thế hệ Phật tử, mà Thầy là một trong những bậc thầy gắn bó với trường; từ những ngục tù lao khổ thầy đã ung dung đi qua, hiển lộ đại hùng đại lực của bậc chân tu đạo hạnh, soi đường cho cả một thế hệ Phật giáo Việt Nam; và cho đến những giây phút cuối đời trên giường bệnh, Thầy vẫn gắn bó với công trình phiên dịch Đại tạng kinh và trọng trách điều hành Giáo hội. Thầy vẫn mỉm cười thong dong trước lúc ra đi, ngay cả khi xác thân hao gầy đớn đau vì bệnh tật.

Trong từng ấy tháng năm ngắn ngủi của một đời người, với biết bao thăng trầm lịch sử, những gì Thầy đã gieo vào lòng người, đã để lại cho hậu thế, cả về tinh thần cũng như vật thể, quả thật là không thể suy lường đo đếm hết.

Bóng Thầy che mát chúng con[1]

Thầy như bóng mây che mát, ai trong chúng con cũng đều cảm nhận được bóng mát ấy khi có Thầy. Trong kinh *Pháp Hoa*, phẩm *Thí dụ Cỏ thuốc* nói về một vầng mây lớn che bóng khắp thế gian. Trong tâm tưởng riêng con, Thầy chính là vầng mây đó. Chúng con mỗi người một nơi, cách xa nhau hàng vạn dặm, nhưng trong những ngày Thầy còn tại thế, ai cũng cảm nhận được sự an ổn đến từ Thầy. Công việc khó khăn, cuộc sống nhiều bận rộn, đường đời gập ghềnh sóng gió, nhưng chỉ cần nghĩ đến Thầy, nghe được lời khuyên từ Thầy, thậm chí là chỉ cần nhớ về những lần được gặp Thầy, dường như đã quá đủ để chúng con thấy vững thêm niềm tin, được tiếp thêm năng lượng và cảm nhận ngay được sự ấm áp, an ổn trong lòng. Vì sao vậy? Vì ngay

---

[1] Các tiểu mục chỉ được dùng cho bản in để dễ theo dõi.

khi ấy chúng con nhớ lại rằng, giữa thế sự nhiễu nhương này, ánh từ quang của Phật pháp vẫn không ngừng tỏa chiếu từ một bậc thầy chân tu đạo hạnh.

Con nhớ có lần, đó là lần đầu tiên con lưu hành bản dịch kinh Đại Bát Niết-bàn, khoảng giữa năm 2009, con đã được Thầy đưa tay nâng đỡ lúc con cần đến nhất.

Sau gần mười năm kiên trì chuyển dịch, con rơi vào tâm trạng mừng lo lẫn lộn khi kinh Đại Bát Niết-bàn bắt đầu lưu hành. Là một cư sĩ với tri kiến cạn cợt, con chỉ vì sự thâm cảm với Giáo pháp mà dám bạo gan chuyển dịch bộ kinh đồ sộ này. Nhưng khi kinh bắt đầu lưu hành, lòng con lo lắng khôn nguôi, chỉ sợ mình không đủ khả năng diễn đạt Thánh ý, có thể làm sai lệch Giáo pháp. Ngay khi vừa xuất bản, con đã đến Già Lam kính dâng kinh lên Thầy. Chỉ một thời gian ngắn sau đó, khi con có dịp đến vấn an, Thầy bảo con: *"Tôi đọc phần Dẫn nhập rồi. Cách làm của anh như vậy là đúng, cứ như vậy là được."*

Hẳn Thầy không biết rằng câu nói ấy quan trọng biết bao đối với con khi ấy! Thầy đã nói ra một cách nhẹ tênh khi con đi bên Thầy, như thể chỉ là một trao đổi thân tình ngẫu nhiên. Nhưng con biết ngay điều đó không hề ngẫu nhiên. Thầy đã nói đúng vào điều cốt lõi mà con muốn trình bày trong phần Dẫn nhập, chính là phương thức mà con đã vận dụng xuyên suốt trong quá trình chuyển dịch. Và hơn thế nữa, Thầy tán thành với phương thức đó. Nhận xét khích lệ của Thầy đã cất đi gánh nặng ưu tư và thắp sáng niềm tin để con có thể vững tâm theo đuổi việc chuyển dịch kinh điển. Nhiều năm sau đó, con vẫn tiếp tục nhận được nhiều sự khích lệ từ Thầy, nhưng chính sự nâng đỡ ban đầu khi con đang cần đến nhất đã là động lực và niềm tin giúp con vững bước.

Con biết rằng nhiều anh chị em thân hữu khác cũng nhận được những lời khuyên, những bài học quý báu từ Thầy, trong những trường hợp riêng tư khác. Nhưng vượt trên tất cả, đời sống an nhiên và tấm gương đạo hạnh của Thầy chính là bóng mây che mát khắp mọi nơi, vì bất cứ ai trong chúng con cũng đều cảm nhận được.

Trong kinh *Pháp Hoa*, đức Phật ví Giáo pháp như cơn mưa đổ

xuống từ vầng mây, tưới khắp thế gian, từ đại thụ cho đến những cây vừa, cây nhỏ... tùy theo nhu cầu đều được tươi tốt. Với riêng con, Thầy chính là vầng mây đổ xuống cơn mưa pháp. Những lời dạy trực tiếp từ Thầy, những kinh sách Thầy biên soạn, chuyển dịch, nhiều đến mức không ai trong chúng con có thể nghe qua, đọc qua tất cả. Thế nhưng mỗi người trong chúng con, bằng cách này hay cách khác, đều đã từng được tiếp nhận một phần, đều được nuôi dưỡng từ dòng sữa pháp ấy. Và không chỉ là những đại thụ, những cây vừa, cây nhỏ... được mưa pháp của Thầy tưới tẩm, thậm chí đến hạng cỏ dại ven suối như con cũng được thấm nhuần để xanh lá trổ hoa.

Bóng Thầy phía trước soi đường con đi

Thật vậy, khi bước chân vào khu rừng Phật học, con chỉ như khóm cỏ dại nằm ven suối. Bởi khi Thầy đứng trên bục giảng Đại học Vạn Hạnh thì con chỉ là cậu bé con đang học Trung học. Thế nhưng, đọc sách của Thầy, nghe các anh chị lớn kể về Thầy, con đã vô cùng ngưỡng mộ. Khi hình dung Thầy nhỏ nhắn như một chú tiểu nhưng đã đứng trên bục giảng Đại học, trí óc non nớt của con đã vẽ ra một bậc Thầy tuổi trẻ tài cao, siêu phàm xuất chúng mà con luôn ao ước được gặp. Rồi khi lớn lên, được tiếp xúc với những lời dạy của Thầy, qua các tác phẩm của Thầy, sự ngưỡng mộ của con càng tăng dần theo năm tháng. Từng bước học Phật của con về sau, dường như chưa bao giờ thiếu vắng sự soi chiếu từ hình tượng của Thầy.

Sau năm 1975, sách vở dần khan hiếm và Kinh sách Phật học cũng không ngoại lệ. Thế nhưng, thật kỳ diệu là những tác phẩm của thầy vẫn được nhiều người lưu giữ, những lời dạy của Thầy vẫn được âm thầm chia sẻ. Vì thế, không có gì đáng ngạc nhiên khi sau này con tiếp xúc với rất nhiều anh chị em trong giới học Phật, luôn thấy rằng các vị ấy đều ít nhiều chịu ảnh hưởng từ tư tưởng và hành trạng của Thầy. Với những lời dạy trung thực, thẳng thắn và giữ vững Chánh đạo trước thế quyền, Thầy quả thật là bậc Đạo sư (導師) theo đúng nghĩa dẫn dắt, soi đường. Trong suốt một thời gian dài khi xã hội suy vi tăm tối, chỉ riêng sự hiện hữu của Thầy đã như một ngọn đuốc soi đường dẫn lối trong đêm.

Trên con đường gập ghềnh nhiều lúc tưởng chừng như vô định bởi những biến chuyển thời cuộc, chúng con như luôn nhìn thấy hình bóng Thầy phía trước, giúp chúng con yên lòng đi tiếp. Nhiều người thuộc thế hệ chúng con còn giữ được niềm tin vào Đạo pháp, còn vững bước đi theo những lời dạy của đức Thế Tôn, chính là nhờ có sự soi chiếu dẫn dắt từ hình bóng Thầy. Thầy không chỉ dạy chúng con bằng lời nói, qua sách vở, mà còn bằng chính những biểu hiện thường nhật, ngay trong những việc làm tưởng như nhỏ nhặt của Thầy.

Mặc dù đã ngưỡng mộ và chịu ảnh hưởng của Thầy từ nhỏ, con còn nhớ phải đến khoảng cuối năm 1999 mới được trực tiếp gặp Thầy lần đầu tiên khi cùng đi với Đỗ Quốc Bảo. Hôm ấy, Thầy đã trò chuyện với chúng con suốt buổi sáng và con được dùng cơm trưa cùng Thầy trên căn gác nhỏ. Cuộc gặp gỡ ngắn ngủi nhưng để lại trong con nhiều ấn tượng mãi đến nay chưa phai mờ. Trong lúc chuyện trò, thầy đã nói khá nhiều về những kinh nghiệm dịch thuật, tra cứu. Phần lớn đều là những bài học, những chuẩn mực quan trọng mà đến nay con vẫn cố gắng hết sức để noi theo.

Con còn nhớ rất rõ, trong khi bàn luận về các vấn đề, Thầy đã thận trọng đi đến kệ sách, lấy ra đúng quyển sách đang đề cập và mở đúng đoạn cần trích dẫn để chỉ cho chúng con xem. Thầy làm tất cả những việc đó với sự chắc chắn và quen thuộc tự nhiên, như thể tất cả đều nằm sẵn trong trí nhớ siêu tuyệt của Thầy, nhưng Thầy vẫn tỉ mỉ đưa ra từng trang sách cho chúng con xem để chứng minh từng vấn đề.

Sự cẩn trọng thành nếp của Thầy đã ảnh hưởng rất nhiều đến phương thức tra cứu, dịch thuật của bản thân con cho đến tận bây giờ. Con thật may mắn, không chỉ được học ở những lời Thầy dạy, mà còn chính từ những thao tác nhỏ nhặt của Thầy. Có lẽ chính vì vậy mà cả một thế hệ trẻ đã chịu ảnh hưởng rất nhiều từ Thầy, không chỉ qua những lời dạy hay sách vở, mà còn là qua hình tượng của một bậc Thầy trí tuệ, nghiêm cẩn nhưng bao dung, gần gũi. Bất cứ ai đã từng biết đến Thầy đều dễ dàng cảm nhận được những phẩm tính này.

Bóng Thầy ấm áp quanh con

Sự bao dung, gần gũi của Thầy thể hiện rõ trong cung cách Thầy tiếp xúc với chúng con. Dù là một bậc Thầy lớn, ngay trong lần đầu tiên được gặp Thầy, con vẫn cảm nhận được Thầy đã dành cho con sự thân thương gần gũi, không hề cách biệt. Những năm sau đó, con được gặp Thầy nhiều hơn, có những lần Thầy còn bảo con nghỉ đêm lại Hương Tích để không phải chạy xe máy về vì đường quá xa. Nhờ vậy, con được chuyện trò, tiếp xúc nhiều hơn với Thầy. Lòng từ mẫn thầy dành cho con trước sau vẫn không thay đổi. Nhiều năm về sau khi đã đi xa, con luôn nhớ về những lần được gặp Thầy như những kỷ niệm êm đềm và ấm áp nhất trong cuộc đời mình.

Trong kinh *Pháp Hoa*, phẩm *Tín hiểu*, ngài Ca-diếp nêu ví dụ về ông trưởng giả sang quý, vì thương đứa con hèn kém, đã cởi bỏ những chuỗi ngọc và y phục tốt đẹp, mặc vào người y phục thô xấu để có thể đến gần dạy bảo con mình. Lòng từ mẫn của Thầy cũng không khác. Thầy đã từ bỏ hình thức uy nghiêm của một bậc đại tăng, gần gũi thân thiết cùng tất cả chúng con để có thể ân cần dạy bảo, khuyên nhủ. Mãi cho đến hôm nay, con vẫn còn chưa hết nỗi băn khoăn lạ lẫm mỗi khi nhớ lại những lần được gặp gỡ, thân cận bên Thầy. Con thật không dám nghĩ đến việc một bậc Thầy tôn nghiêm oai đức lớn như Thầy đã từ mẫn cho con cơ hội được ngồi cùng bàn, chia sẻ cùng một đĩa thức ăn, cho đến cùng ngủ nghỉ dưới một mái nhà. Sự thân thiết mà Thầy đã dành cho con đó thật vô cùng lớn lao. Thật trân quý biết bao, tâm từ mẫn của một bậc Thầy đối với hàng hậu học! Dù đã bao năm trôi qua con vẫn không quên. Mỗi khi nhớ đến Thầy, con vẫn như còn thấy được hình bóng ấm áp của Thầy luôn ở bên cạnh con trong những công trình con đang theo đuổi.

Kết từ

Kính bạch Giác linh Thầy!

Thầy xuất hiện trong thế gian này là một duyên lành lớn lao và hiếm có đối với tất cả chúng con. Tám mươi năm trụ thế của Thầy, tưởng chừng như thật ngắn ngủi, không đủ để thỏa lòng khát khao Pháp nhũ của phàm phu chúng con, nhưng đã quá đủ để thắp lên ngọn truyền đăng bất diệt cho nhiều thế hệ hôm nay và mai sau.

Kính bạch Giác linh Thầy!

Thầy như bóng mây che mát chúng con, như cơn mưa tưới tẩm đất khô cằn!

Thầy như ngọn đuốc soi đường trong đêm cho những ai đang lạc lối!

Thầy như gió mát, như nắng ấm, như khí trời luôn hiện hữu quanh con. Vì cho dù Thầy đã đi xa, những lời dạy và hình bóng Thầy vẫn luôn ở lại cùng chúng con.

Như một dự cảm, trong lời giới thiệu cho sách Tây Vực Ký được Thầy viết không lâu trước khi viên tịch, Thầy đã để lại cho chúng con một di huấn mà mỗi khi đọc lại con vẫn còn chưa hết bùi ngùi. Hôm nay, trước Giác linh Thầy, con xin kính cẩn lặp lại di ngôn được ghi ở cuối *Lời giới thiệu* này. Chúng con nguyện vâng theo lời Thầy, sẽ luôn nỗ lực để *"tự mình tìm thấy con đường đi chân chính, vì an lạc cho chính mình, cho nhiều người, trong đời này và trong nhiều đời sau."*[2]

Thành kính tưởng niệm Giác linh Thầy!

---

[2] Trích nguyên văn lời Thầy trong Lời giới thiệu sách Tây vực ký, trang 35, Nhà xuất bản Liên Phật Hội, California, 2022. Đây là lời giới thiệu sách cuối cùng được Thầy viết trước khi viên tịch.

HY HỮU NGÀN NĂM: THẦY TUỆ SỸ

NGUYÊN GIÁC PHAN TẤN HẢI

Nghĩ gì về Thầy Tuệ Sỹ? Nếu có ai hỏi như thế, tôi sẽ nói rằng tôi chưa thể hiểu tới một phần rất nhỏ những gì Thầy viết, mặc dù tôi vẫn đọc Thầy đều đặn. Cũng như một người đứng dưới chân núi, biết được những gì để dám nói về núi. Tôi không dám so sánh Thầy Tuệ Sỹ với bất kỳ ai, vì tôi không đủ kiến thức và trình độ để đối chiếu bất kỳ kho kiến thức và hành trình tu học của bất kỳ ai.

Tôi chỉ thực tế thấy rằng, nếu tôi có học một ngàn năm nữa, nếu tôi có cơ duyên học hàng ngày như hiện nay, tôi vẫn sẽ không hiểu hết những gì Thầy Tuệ Sỹ đã viết. Và nếu, giả như tôi có học đủ kiến thức những gì Thầy đã viết, tôi vẫn không thể có đủ tâm hồn thơ mộng như Thầy, người đã viết xuống những dòng chữ thơ mộng và thâm sâu trong thơ, văn, câu đối... Do vậy, với tôi, Thầy Tuệ Sỹ là ngàn năm hy hữu.

Trước tiên, xin nói rằng tôi đọc chưa hết các bộ kinh trong Tạng A Hàm, dù là đọc rất siêng năng. Tôi không hiểu Thầy Tuệ Sỹ lấy thì giờ đâu trong ngày để dịch như thế. Ngay cả khi bỏ ăn, bỏ ngủ, cũng không ai viết và dịch nhiều như thế. Thầy cũng không phân biệt bộ phái: Thầy đã dịch và chú giải nhiều Kinh Đại Thừa, các bộ luận và các sách về Thiền Tông. Nghĩa là, khi đọc lướt qua các nhan đề sách, tôi tin rằng Thầy Tuệ Sỹ hẳn là đã phải học chữ Hán, chữ Pali, chữ Sanskrit, tiếng Anh, tiếng Pháp, tiếng Đức... và phải học giáo lý nhà Phật từ nhiều kiếp trước, mới có thể dịch và chú giải nhiều như thế.

Có một điều ai cũng nghiệm ra rằng: hễ là học giả, thì làm thơ không hay. Vậy mà, định luật đó cũng có luật trừ. Thơ của Thầy Tuệ Sỹ đã được nhiều người dịch sang tiếng Anh, tiếng Pháp, nghĩa là thơ của Thầy rất tuyệt vời, mới có sức mạnh thu hút nhiều dịch giả như thế. Trong khi đó, một điểm rất đặc biệt, và hiếm gặp: văn xuôi của Thầy Tuệ Sỹ cũng thơ mộng dị thường. Và Thầy cũng đã viết những câu đối hay tuyệt vời, mà tôi thấy trong lịch sử Phật giáo Việt Nam chưa ai viết câu đối hay như thế. Tôi biết, nếu tôi học thêm một ngàn năm không ngưng nghỉ, tôi vẫn không thể viết những câu đối hay và mang nghĩa lý uyên áo như thế.

Tôi cũng nghiệm ra rằng, trong những bài Thầy viết về các bạn hữu, văn nghệ sĩ, thường là các lời giới thiệu đầu sách, chất thơ trong văn xuôi tràn ngập. Bạn có thể trích ra bất kỳ dòng nào trong các bài văn xuôi đó, và gọi là thơ được. Tôi đã kinh ngạc thấy như thế. Một sức mạnh cũng đặc biệt: những dòng chữ của Thầy Tuệ Sỹ toát ra một tâm từ bi dị thường, và ai cũng có thể cảm nhận được. Bao quát hết tất cả những gì Thầy viết, tôi nhìn thấy Thầy luôn luôn hoằng pháp trong cách riêng, trang viết nào cũng là pháp ấn của vô thường và vô ngã.

Một thí dụ, trong bài viết, dài hơn 1.200 chữ, về thơ Hoài Khanh, nhan đề "Lục Bát, thơ Hoài Khanh" Thầy Tuệ Sỹ đã viết câu nào cũng đầy chất thơ. Văn xuôi mà rất là thơ. Và đôi mắt Thầy Tuệ Sỹ nhìn thấy pháp ấn chư Phật hiện ra, nhà thơ Hoài Khanh, dòng thơ lục bát, ta và người chỉ là những hạt bụi ray rứt. Thế rồi hạt bụi này đọc thơ của hạt bụi kia trong dòng thời gian miên viễn.

Có thể trích, lời Thầy Tuệ Sỹ viết: "*Trong mỗi bài thơ, trong cả tập thơ, tôi nhặt từng **hạt sương**, mà chợt nghe lạnh buốt âm thầm, bởi đâu đó trong hoài niệm xa xôi, đôi mắt u huyền của một thời, một đoạn đời đã thành thiên cổ. Những hạt sương trong lòng tay chợt thoáng tan; dòng thời gian ngưng động, để đông cứng thành **hạt bụi, ray rứt**.*" (ngưng trích)

Từng người chúng ta chỉ là một hạt bụi, vài hạt bụi, hay chỉ là một nắm bụi tro biết ray rứt, Thầy Tuệ Sỹ đã chỉ ra pháp ấn chư Phật một cách thơ mộng, thay cho lời Kinh tụng truyền thống rằng chúng ta là những khối ngũ uẩn khô khan. Than ôi, Thầy Tuệ Sỹ giảng kinh thơ mộng tới mức như dường không phải là giảng kinh như thế, và cũng không cần níu tới những chữ Hán Việt khó hiểu như ngũ uẩn hay sắc với không, và rồi tất cả độc giả đều thấy ngậm ngùi rằng, vâng, chúng ta là những hạt bụi ray rứt.

Thầy Tuệ Sỹ tự nói về Thầy như thế nào? Thầy là hạt bụi, một nắm bụi tro, Thầy đã tự nhận như thế. Nhưng chúng ta đều biết rằng, không phải nắm bụi lung linh nào cũng đồng hạng với nắm bụi linh lung khác. Hình như, xin phép đoán, Thầy Tuệ Sỹ tự nói về Thầy khi viết về thơ của thi sĩ Viên Linh, trong bài "Lục Bát Viên Linh" – Thầy ghi rằng, trích:

"*Tôi đến từ một thế giới khác anh. Từ một thế giới thần tiên bị lưu đày, bước đi vô cảm trong thế giới xa lạ này; rồi nghe hơi thở từ thơ, – từ thơ anh hay từ Nguyễn Gia Thiều, Nguyễn Du, từ tiếng khóc oán hận của cung nữ hay từ giọt lệ tình yêu của người chinh phụ, chợt thấy viên đá cuội lăn lóc bên vệ đường, cũng chất nặng tình đời, yêu và hận.*

Hóa trang làm nhà triết học, tôi dẫm bước lần theo từng gác sách mấy tầng thư viện, thập thò trong các giảng đường mênh mông. Rồi máng áo nhà mô phạm, tôi lang thang trên các vỉa hè, với một nhà thơ, thật như điên mà cũng dường như tỉnh." (ngưng trích)

Đúng như thế. Thầy là từ một thế giới khác với thi sĩ Viên Linh. Thầy là một vị thiên tử từ cõi trời bị lưu đày để vào cõi trần gian, nơi mà tự Thầy thấy là xa lạ. Thế rồi Thầy hóa trang làm nhà triết học. Hóa trang, tại sao hóa trang? Phải chăng cõi này, chỗ nào cũng là hóa trang, vì thực tướng không gọi là Có hay Không. Thế rồi Thầy máng áo sư phạm, Thầy đứng lớp dạy. Rồi Thầy lang thang bụi đời. Và Thầy sống bất nhị với cõi thơ và cõi đời thực. Thầy Tuệ Sỹ viết, cũng trong "Lục Bát Viên Linh" ghi rằng Thầy là một thế giới thơ, không phải Một, không phải Hai, trích:

"*Thế giới thơ – cõi thơ, và thế giới thực của người làm thơ, không là một, và cũng không là hai. Buồn vui với chính mình, với tình đời và tình người, người làm thơ trong khoảnh khắc tan biến vào một thế giới hoang liêu. Đêm dài với ngọn đèn lu; ánh sáng điện đường với bến xe trống vắng. Có thể là như thế. Chỉ trong khoảnh khắc chìm đắm, và tan biến. Ta biến trong thơ để tính thể tồn tại của ta phơi bày như lãng tử bị ném vào một cuộc lãng du vô định và bất tận.*" (ngưng trích)

Trong bài "Đi..." dùng Thay Lời Tựa tập thơ *Trên tất cả đỉnh cao là lặng im*, Phạm Công Thiện, Hương Tích ấn hành tháng 5/2009 và tái bản 2013... cũng là một hình ảnh dị thường: một hạt bụi dị thường (Tuệ Sỹ) viết cho một hạt bụi dị thường khác (Phạm Công Thiện), chúng ta sẽ thấy một ngọn núi nói với một ngọn núi. Xin chú ý hình ảnh "hạt bụi" trong đoạn văn sau của Thầy Tuệ Sỹ, trích:

"*Anh đã ra đi từ đó, từ thời buổi hỗn mang. Trong từng khoảnh khắc sát na, từng quãng liên tục vi tế của* ***hạt bụi****, anh từ chối chính mình. Khi mọi người ca tụng anh như một thiên tài, anh vất bỏ thần tượng để đi như một tên lãng tử vô lại. Khi người đời khinh miệt, khi những người thân yêu thù ghét, căm hận, anh đốt lửa soi đường độc hành bằng ánh sao Mai lẻ loi.*" (ngưng trích)

Nhà thơ Tuệ Sỹ viết về nhà thơ Phạm Công Thiện bằng ngôn phong nhà Phật như thế: từng khoảnh khắc sát na, từng quãng liên tục vi tế của hạt bụi, nhà thơ từ chối chính mình... Đó, thế đó, thân tâm mình chỉ như hạt bụi, khoảnh khắc sinh diệt, để thấy mình liên tục là vô ngã (từ chối chính mình). Tới đây, tôi chợt nhớ tới một hình ảnh trong Kinh Phật: hành giả tự thấy mình như hạt mè xoay bất tận, vô thường trước gió trên đầu mũi kim. Nơi đây là không trụ, là vô trụ, hạt bụi lung linh trong cõi vô thường sinh diệt không ngừng. Để rồi, "*anh đốt lửa soi đường độc hành bằng ánh sao Mai lẻ loi.*"

Tuy nhiên, giữa những vô thường miên viễn ấy, Thầy Tuệ Sỹ đã chỉ ra một bầu trời trầm mặc bao la của vĩnh cửu, nơi tâm từ bi, nơi tình yêu thương thánh hóa tất cả nơi cõi này: Thầy bình luận về thơ mà y hệt như đang thuyết pháp. Chưa từng có nhà phê bình văn học nào có thể viết những dòng chữ rất tự nhiên và mang đầy sức mạnh của Kinh Phật.

Như trong bài viết nhan đề Đề Tựa Thi Tập Lá Cỏ (của Vũ Phan Long), Thầy Tuệ Sỹ viết, trích: "*Từ cái dấu chấm định mệnh của thời gian ấy, dấu chấm ở ngay khoảng giữa đôi mắt anh, tôi đã nhìn thấy, dưới những nếp gấp bình dị của thơ anh, của con người anh, và có lẽ của cả đời sống của anh nữa; dưới những tình cảm bình dị ấy, một bầu trời trầm mặc bao la của vĩnh cửu. Nhà thơ vẫn yêu loài người dù sống giữa hận thù và gian dối; vẫn yêu mặt đất dù sống trong sự đày đọa của áo cơm. Tình yêu và khát vọng vĩnh cửu, tâm tình muôn thuở của thơ là thế.*"

Nhưng tuyệt vời nhất, và tôi yêu thích nhất, càng đọc càng say mê, là những câu đối Thầy Tuệ Sỹ viết. Trọn đời Thầy, có lẽ đã viết khoảng vài chục câu đối, phần lớn do các chùa cung thỉnh, và câu nào cũng hay, cũng siêu xuất. Trong đó, tôi yêu thích nhất là hai câu đối Thầy Tuệ Sỹ viết cho Tu Viện Quảng Đức ở Úc châu. Ban đầu, Thầy viết hai câu chữ Hán, và sau đó Thầy dịch ra tiếng Việt. Nơi đây, xin phép trích hai câu đối trong bản dịch ra tiếng Việt:

– Chốn cũ dặm dài man mác, bởi phế hưng xô dậy sóng cồn, chiếc lá thuyền nan, vá áo chép kinh đất khách

– Đức tu mấy bước mù xa, tợ sương sớm nắng hồng đọng bóng, hoa trời trăng nước, ngân hà dằng dặc quê cha

Thầy Thích Nguyên Tạng giải thích cơ duyên như sau: "*Câu đối này hiện được trang trọng tôn trí tại Tổ Đường Tu Viện Quảng Đức Úc Châu. Cho dù hai câu đối ngắn nhưng Ôn Tuệ Sỹ đã gởi gắm trọn vẹn bức thông điệp của mình đối với hàng Tăng, Ni, Phật tử Việt Nam ở Hải ngoại: Cho dù thân đang sống trên những xứ sở Tây Phương hiện đại, đầy đủ xa hoa vật chất, nhưng mong rằng tất cả mọi hành giả nên an bần thủ đạo, thiểu dục tri túc, vá áo chép kinh trên đất khách và nhất là canh cánh bên lòng mình còn có một quê cha đất tổ bên kia bờ đại dương.*"

Tôi đã từng yêu cầu trí tuệ nhân tạo ChatGPT làm câu đối theo văn phong của Thầy Tuệ Sỹ, và AI không làm được câu đối nào hay tới 1/3 phần câu đối trên. Định lượng hiển nhiên là không thể chính xác, nhưng định tính là cảm xúc người đọc, và tôi không ngăn được cảm xúc khi đọc những dòng chữ của Thầy Tuệ Sỹ.

Nhìn chung, tôi có thể nói gì về Thầy Tuệ Sỹ? Tôi đã say mê đọc đủ thứ sách từ thơ ấu, đã say mê làm thơ từ khi học thể thơ lục bát trong thời trung học đệ nhất cấp (bây giờ là trung học cơ sở), và gần như trọn đời, hầu hết, là sống với chữ nghĩa, báo chí. Cảm nhận của tôi là: Thầy Tuệ Sỹ là ngàn năm hy hữu, có thể là chưa từng có ai như Thầy trong lịch sử Phật giáo Việt Nam, và có thể cũng là hy hữu ngàn năm khi so với lịch sử Phật giáo nhiều nước khác (do tôi không hiểu nhiều về lịch sử, nên không dám khẳng định gì với Phật giáo quốc tế).

Sau này, sẽ có người có thể giỏi hơn Thầy Tuệ Sỹ về ngôn ngữ, hoặc là họ sẽ học nhờ các công cụ như AI, nhưng sẽ không ai uyên bác và đa dạng về Kinh Phật nhiều tông phái như Thầy. Và trong tận cùng, sẽ không ai viết văn xuôi nhiều chất thơ như Thầy. Và rồi, trước đây chưa có, và tương lai cũng sẽ không ai viết được những câu đối làm tôi xúc động như Thầy đã viết.

Tôi còn một kỷ niệm rất riêng tư: khi chịu lạnh trong một ngày tuyết rơi ở tiểu bang Virginia trong năm 1980s, tôi tình cờ được tin về Thầy Tuệ Sỹ và Thầy Trí Siêu Lê Mạnh Thát ở quê nhà, nước mắt tôi trào xuống, không ghìm được. Thầy là hy hữu ngàn năm. Thực sự, không phải một ngàn năm, mà là rất nhiều ngàn năm.

RARE IN A THOUSAND YEARS: THẦY TUỆ SỸ

BY **NGUYÊN GIÁC PHAN TẤN HẢI**

What are your thoughts on Thầy Tuệ Sỹ? If someone were to ask me, I would admit that I have not been able to comprehend even a small portion of his writings, yet I continue to read them regularly. It feels akin to a person standing at the base of a mountain, unsure of what to say about its grandeur. I hesitate to compare Thầy Tuệ Sỹ to anyone else, as I lack the knowledge and experience necessary to evaluate the depth of anyone's understanding or their journey of practice.

I realize that, realistically, even if I were to study for another thousand years, dedicating myself to daily learning as I do now, I still would not fully comprehend everything that Thầy Tuệ Sỹ wrote. Furthermore, even if I acquire a substantial understanding of his work, I may never possess the same poetic heart as Thầy Tuệ Sỹ, the one who crafted such profound and lyrical lines in his poems, prose, and parallel sentences. Therefore, to me, Thầy Tuệ Sỹ is a rare gem, a treasure of a thousand years.

First of all, I must admit that I have not read all the sutras in the Agama, despite my diligent efforts. I find it astonishing how Thầy Tuệ Sỹ managed to dedicate so much time each day to translation. Even if one were to forgo meals and sleep, it seems implausible that anyone could write and translate as extensively as he did. Furthermore, he did not show favoritism toward any particular sect; he translated and annotated numerous Mahayana sutras, treatises, and books on Zen. As I glance through the titles of these works, I am led to believe that Thầy Tuệ Sỹ must have mastered Chinese, Pali,

Sanskrit, English, French, and German and that he had likely studied Buddhist teachings over many lifetimes to achieve such a remarkable level of translation and annotation.

There is one undeniable truth: if you are a scholar, you may struggle to write good poetry. However, there are notable exceptions to this notion. Thầy Tuệ Sỹ's poetry has been translated into English and French by numerous individuals, which attests to its exceptional quality and the ability to captivate so many translators. Additionally, there is a unique and rare aspect to his work: Thầy Tuệ Sỹ's prose is also remarkably poetic. He crafted exquisite parallel sentences that I have never encountered in the history of Vietnamese Buddhism. I am aware that even if I studied for another thousand years without pause, I would still be unable to compose parallel sentences as profound and meaningful as his.

I also realized that in the articles Thầy wrote about his friends and fellow artists, particularly in the introductions to books, the poetic quality of his prose was striking. You could quote any line from those pieces as poetry. I was truly amazed by this. Thầy Tuệ Sỹ expressed extraordinary compassion that resonated with everyone. Throughout all of Thầy's writings, I observed that he consistently conveyed the Dharma in his unique style; each page served as a testament to the principles of impermanence and non-self.

For example, in the article titled "Lục Bát, thơ Hoài Khanh" (Lục Bát, poems by Hoài Khanh), which is over 1,200 words long, Thầy Tuệ Sỹ crafted each sentence with poetic elegance. Although it was written in prose, the text resonated with a lyrical quality. Thầy Tuệ Sỹ's keen perception revealed the Dharma seal of the Buddhas, as well as the essence of the poet Hoài Khanh and his Lục Bát poetry. This context reduces you and me to mere particles of anxiety. Yet, this dust particle engages with the poetry of another dust particle, flowing through the eternal stream of time.

We can quote what Thầy Tuệ Sỹ wrote: "*In each poem, throughout the entire collection, I gather each dewdrop and suddenly feel a profound coldness. This sensation arises from distant memories, where the enigmatic eyes of a bygone era have become eternal. The dewdrops in my palm swiftly dissolve; the flow of time halts, freezing into dust, causing torment.*" (end of quote)

Each of us is merely a speck of dust, a few specks of dust, or just a handful of ashes that knows how to experience suffering. Thầy Tuệ Sỹ poetically illuminated the Dharma seal of the Buddhas, moving beyond the traditional chanting that describes us as dry masses of the five aggregates. Indeed, Thầy Tuệ Sỹ delivered the sutras with such poetic grace that it felt as though he was not preaching them at all. There was no need to cling to complex Sino-Vietnamese terms like the five aggregates or concepts such as form and emptiness. Consequently, all readers were left with a sense of melancholy, recognizing that, yes, we are troubled specks of dust.

How did Thầy Tuệ Sỹ describe himself? He referred to himself as a speck of dust, a handful of ashes. However, we all understand that not every shimmering handful of dust belongs to the same category as another. It appears, if I may speculate, that Thầy Tuệ Sỹ reflected on his identity while discussing the poems of poet Viên Linh in the essay "Lục Bát Viên Linh." He wrote the following excerpt:

"*I came from a different world than he did—a world of exiled fairies. As I walked indifferently through this strange realm, I began to hear the breath of poetry. Was it from his verses or from Nguyễn Gia Thiều and Nguyễn Du? Perhaps it was the resentful cries of the palace maids or the tears of love shed by a soldier's wife. Suddenly, I noticed the rolling pebbles by the roadside, each heavy with life, love, and hate.*

Disguised as a philosopher, I wandered through the library, exploring each bookshelf across its several floors and peering into the vast lecture halls. Later, clad in a pedagogical robe, I strolled along the sidewalks with a poet who appeared to be insane yet somehow seemed rational." (end of quote)

That's right. Thầy Tuệ Sỹ came from a different realm than poet Viên Linh. He was a celestial being exiled from heaven to the mortal world, a place he found to be quite strange. He then disguised himself as a philosopher. But why the disguise? Perhaps this world is filled with facades, as the true nature of reality transcends the concepts of Being and Non-Being. He donned the robe of a teacher and taught in various classes. He wandered the world, living in the non-dual space between poetry and real life. Thầy Tuệ Sỹ wrote in "Lục Bát Viên Linh" that he inhabited a world of poetry, which is neither One nor Two, as quoted below:

"*The world of poetry—the realm of artistic expression and the poet's reality—is neither one nor two. The joy and sorrow of the self, of life, and of humanity can lead the poet to momentarily vanish into a desolate landscape. Picture a long night illuminated by a solitary lantern or a streetlight casting its glow over an empty bus station. It can feel like that: a fleeting moment of immersion and disappearance. We lose ourselves in poetry, exposing our existential nature like a wanderer cast into an indefinite and endless journey.*" (end of quote)

In Thầy Tuệ Sỹ's essay "Đi..." ("Going..."), which serves as the preface to Phạm Công Thiện's poetry collection "Trên tất cả đỉnh cao là lặng im" ("Above All the Peaks is Silence"), published by Hương Tích in May 2009 and reprinted in 2013, there is an intriguing image: one unusual dust particle (Thầy Tuệ Sỹ) writes to another unusual dust particle (Phạm Công Thiện), i.e., you will see a mountain talking to another mountain. Please pay attention to the image of the "dust particle" in the following excerpt by Thầy Tuệ Sỹ:

"*He departed from that chaotic period of his life. In every moment, in every minuscule fragment of dust, he denied his true self. When others hailed him as a genius, he forsook his idol and chose to wander like a vagabond. When people scorned him, and even his loved ones harbored hatred and resentment, he ignited a fire to illuminate his solitary path with the lonely morning star.*" (end of quote)

Poet Tuệ Sỹ wrote about poet Phạm Công Thiện in a Buddhist style, emphasizing that every moment and every subtle continuity of a dust particle reflects the poet's self-denial. His body and mind are akin to a dust particle, representing a fleeting moment of birth and death, as he perceives himself continuously as non-self (denying his existence). At this point, I was reminded of an image from Buddhist scriptures: the practitioner envisions themselves as a sesame seed spinning endlessly, impermanent in the wind on the tip of a needle. The metaphor illustrates the concepts of non-abiding and non-clinging, as the dust particle shimmers in the realm of impermanence, constantly being born and destroyed. In this context, he ignited a fire to illuminate his solitary path with the light of the lonely Morning Star.

However, amidst these eternal impermanences, Thầy Tuệ Sỹ highlighted a vast, silent sky of eternity, where compassion and love sanctify all things in this world. He spoke about poetry as if delivering a sermon. No literary critic has ever crafted lines so natural and imbued with the power of Buddhist scriptures.

In the article titled "Đề Tựa Thi Tập Lá Cỏ" (Preface to the Poetry Collection of Grass Leaves)—Lá Cỏ was a collection of poems by Vũ Phan Long—Thầy Tuệ Sỹ wrote, "*From that fateful moment, the point right between his eyes, I perceived, beneath the simple folds of his poetry, his personality, and perhaps his life as well; beneath those uncomplicated feelings lies a vast, silent sky of eternity. The poet continues to love humanity, even while surrounded by hatred and deceit; he still cherishes the earth, despite enduring the struggles of basic survival. This eternal love and aspiration, the timeless essence of poetry, embodies that sentiment.*"

The most wonderful aspect, and what I love the most, is the increasing fascination I feel as I read the parallel sentences crafted by Thầy Tuệ Sỹ. Throughout his life, he composed only a few dozen parallel sentences, most of which were commissioned by pagodas, and each one is remarkable and exceptional. Among these, my favorites are the two parallel sentences that Thầy Tuệ Sỹ wrote for Quảng Đức Monastery in Australia. Initially, he composed these sentences in Chinese and later translated them into Vietnamese. Here, I would like to quote the two parallel sentences in their Vietnamese translation:

- *The old place feels distant, characterized by its highs and lows. The waves are stirring as the Buddhists in their bamboo boats mend clothes and copy sutras in a foreign land.*

- The monastics adhere to their precepts as they venture deep into the unknown. Life is akin to morning dew, gentle sunlight, blossoms in the sky, and the moon reflected on water, while the Milky Way glimmers distantly over their homeland.

Venerable Thích Nguyên Tạng explains, "These two parallel sentences are now solemnly enshrined at the Ancestral Hall of Quảng Đức Monastery in Australia. Although brief, the Most Venerable Tuệ Sỹ has conveyed a profound message to Vietnamese monks, nuns, and Buddhists living abroad: Even in modern Western countries, filled with material luxury, we hope that all practitioners will find contentment in simplicity, cultivate few desires, mend their robes, and copy sutras in foreign lands. Above all, they should remember that there is still a homeland across the ocean."

I once asked the artificial intelligence ChatGPT to create parallel sentences in the style of Thầy Tuệ Sỹ, but the AI was unable to produce a single parallel sentence that was even one-third as effective as the sentences above. While quantification may not be precise, the qualitative aspect lies in the reader's emotional response. I couldn't help but feel a deep sense of emotion when reading Thầy Tuệ Sỹ's words.

In general, what can I say about Thầy Tuệ Sỹ? I have been passionate about reading all kinds of books since childhood and have developed a love for writing poetry since learning the six-eight verse form in junior high school. Throughout my life, I have primarily engaged with words and journalism. My impression is that Thầy Tuệ Sỹ is a truly exceptional individual, a rarity in a thousand years. Perhaps there has never been anyone like him in the history of Vietnamese Buddhism, and he may also be a unique figure when compared to the history of Buddhism in many other countries. However, since I do not have extensive knowledge of history, I hesitate to make definitive statements about international Buddhism.

In the future, there may be individuals who surpass Thầy Tuệ Sỹ in linguistic skills, or they may utilize tools like AI to enhance their learning. However, no one will possess the same depth of knowledge and diversity in Buddhist scriptures across various sects as Thầy. Ultimately, no one will compose prose as poetic as his. Furthermore, no one has ever written, nor will anyone ever write, parallel sentences that resonate with me as Thầy has done.

I still have a deeply personal memory: while enduring the cold on a snowy day in Virginia during the 1980s, I heard news about Thầy Tuệ Sỹ and Thầy Trí Siêu Lê Mạnh Thát from my homeland, Vietnam. Tears streamed down my face, and I could not hold them back. He is a person who comes along once in a millennium—actually, not just once in a thousand years, but once in many thousands of years.

NGỌN LỬA VÀ ÁNH TRĂNG: DI SẢN TINH THẦN THÍCH TUỆ SỸ GIỮA KHỔ ĐAU VÀ GIẢI THOÁT

TRẦN KIÊM ĐOÀN

"Đường xưa vẫn gió, trăng chưa từng tắt,
Người đi rồi, mà nắng vẫn trong veo." TUỆ SỸ

Cuối tháng 11 - 2025, lễ Đại Tường Hòa thượng Thích Tuệ Sỹ sẽ được tổ chức tại Tu Viện Đại Bi, miền Nam California. "Lễ Đại Tường" (lễ giỗ hai năm sau khi một người viên tịch) không chỉ là nghi thức tang lễ, mà là một triết luận sinh diệt và siêu vượt của văn hóa và tôn giáo Á Đông, đặc biệt trong Phật giáo; nhất là khi nói đến một bậc cao tăng như Thầy Tuệ Sỹ lại càng mang nhiều ý nghĩa:

Trước hết là ý nghĩa nhân sinh: Là sự tiếp nối của tình người và đạo nghĩa. Đây là cột mốc chuyển hóa nỗi đau thành tri ân. Sau hai năm, tang thân (có cả tăng thân) và đồ chúng đã lắng dịu đau thương, thay vào đó là niềm biết ơn, kính trọng cũng như khát vọng tiếp nối đạo lý "uống nước nhớ nguồn". Người ra đi không mất, mà hiện hữu trong tâm tưởng, trong hành động thiện, trong hạnh nguyện của người ở lại.

Đặc biệt là theo tinh thần triết học Phật giáo mà Thầy Tuệ Sỹ đã suốt đời giảng dạy, Đại Tường là biểu tượng của vô thường và duyên sinh. Chết không phải là hết, mà là một chuyển động trong chuỗi tương tục của nhân duyên: "Sinh diệt diệt dĩ, tịch diệt vi lạc", khi mọi sinh diệt đều tắt, thì tịch diệt (Niết bàn) mới là an lạc đích thực. Cái chết của bậc trí tuệ là sự trở về thể tánh, không còn bị ràng buộc bởi thân xác hay danh vọng mà chỉ còn lại ánh sáng của trí tuệ tâm từ.

Với đạo Phật, Đại Tường là dịp thực hành hồi hướng công đức cho người đã viên tịch, giúp hương linh (và chính mình) tiến gần hơn tới giải thoát. Đồng thời, giúp thức tỉnh tâm người sống để biết rằng mọi pháp hữu vi đều vô thường và con đường tu tập là cách duy nhất vượt thoát sinh tử. Sự tịch diệt của một bậc chân tu không phải là mất mát, mà là sự trở về với pháp giới. Do vậy, đối với một nhân vật như Thầy Tuệ Sỹ, Lễ Đại Tường không chỉ là lễ tưởng niệm, mà là một tuyên ngôn của trí huệ và đạo đức Phật giáo Việt Nam trong thời đại mới: *Biết buông bỏ vô minh, sống an nhiên giữa vô thường và tiếp nối ánh sáng trí tuệ bằng chính đời sống tỉnh thức của mình.*

Ánh lửa Đại Tường trong tâm ảnh người ra đi

Một sớm mai có nắng mùa Đông ở Huế hay Sài Gòn, Paris hay California khói nhang trầm quyện vào tiếng chuông chùa Đại Bi, mường tượng từ tâm ảnh và hiện ảnh hàng chữ "Lễ Đại Tường Hòa Thượng Thích Tuệ Sỹ" tỏa lên như ngọn lửa và ánh trăng nhắc về một kiếp người tròn đầy trong vô thường.

Giữa không gian ấy, ta không chỉ tưởng niệm một vị cao tăng, mà còn tưởng niệm một ngọn lửa đã cháy trọn trong đêm dài của dân tộc và đạo pháp: một ngọn lửa từng soi đường cho bao thế hệ học Phật, viết Phật và sống Phật. Kỳ lạ thay, ngọn lửa ấy không thiêu đốt mà lại tỏa sáng bằng ánh trăng – ánh trăng rằm miên du của Tuệ giác. Ánh sáng lung linh ấy không chỉ chiếu soi một tấm thân đã hóa cát bụi, mà còn tiếp tục soi đường cho bao tâm thức đang đi trong đêm dài của thời đại.

Biểu tượng Thích Tuệ Sỹ là dòng sống giữa hai cõi: hiện sinh và siêu việt.

Một cuộc đời biểu hiện của hiện sinh khổ đau: tù ngục, khốn khó, bệnh tật, hoàn cảnh đầy thách thức... Nhưng trong cái khổ ấy lại là một tâm thức siêu việt an nhiên: "*Tự do không phải là trạng thái, mà là tâm thái.*"

Ở đây, triết học Phật giáo gặp gỡ triết học hiện sinh, tuy cùng đại lộ mà trên hai nẻo phân tâm – Sartre và Kierkegaard tìm tự do trong phi lý – Thích Tuệ Sỹ tìm tự do trong chân lý vô ngã. Lộ trình Tuệ Sỹ không chống lại khổ đau, mà xuyên thông qua nó. Không phủ nhận đời, mà sống giữa đời như một bài Tâm Kinh vô tự để từ đó đi vào "Tam Tâm Ấn": Từ bi - Trí tuệ - Tự do.

Từ bi trong hành động: dấn thân vì giáo dục, vì con người để hoằng dương chánh pháp.

Trí tuệ trong ngôn ngữ: triết luận hàn lâm, dịch thuật uyên bác, thi ca bay nhẹ vào đời như mây trắng tánh không.

Tự do trong tâm thức: vượt mọi áp bức, không vướng vào danh lợi, hình tướng hay quyền uy.

Trong tác phẩm Triết học về Tánh Không, Thầy viết: "*Không có cái Ta nào bị giam cầm, chỉ có vô minh tưởng rằng mình bị giam.*" Tư tưởng này vẫn được xem là "dấu ấn triết học" của Phật học Việt Nam thời hiện đại: tự do như là tự tri; an trú trong chánh niệm. Bởi vậy, ánh trăng thiền vị trong thơ Tuệ Sỹ đã là một trời thơ. Đẹp quá!

Tuệ Sỹ không là một thi sĩ làm ra thơ mà thơ đã chính là tâm hồn thi sĩ nên thơ Thầy là một thiền khúc tâm ca vượt lối mòn và ước lệ thời đại.

"*Một ngày nào đó / Trên vết chân người / Cỏ sẽ mọc xanh / Và mưa sẽ rơi.*"

Đó là lời của một người không tuyệt vọng, dù thân bị giam trong trần lao, tâm vẫn hòa vào hư không, như trăng soi qua song sắt.

Thơ Tuệ Sỹ là "thiền ca hiện sinh"; không nói vô ngã bằng triết, mà bằng hơi thở, bằng chữ nghĩa mềm mại, thong dong siêu vượt như hương khói nhang trầm.

Và ánh trăng vằng vặc trong tâm thức người ở lại

Đại Tường không phải là khép lại một kiếp người, mà là mở ra một kiếp sáng. Cuộc đời Thầy Tuệ Sỹ là minh chứng hùng hồn cho chân lý ấy. Thầy đã sống giữa hai cõi hiện sinh và siêu việt:

Ở cõi hiện sinh, Thầy chịu tù đày, đói khát, bệnh tật và cô đơn. Thân phận ấy, nếu nhìn bằng con mắt thế gian, là một bi kịch. Nhưng ở cõi siêu việt, chính trong khổ đau, Thầy tìm thấy con đường giải thoát như Thầy từng viết:

"Không có cái Ta nào bị giam cầm, chỉ có vô minh tưởng rằng mình bị giam."

Đó không chỉ là một phát biểu triết học, mà là một tuyên ngôn của tự do nội tâm – thứ tự do không thể bị còng trói bởi quyền lực hay xiềng xích. Nếu Sartre nói: "*Con người bị kết án phải tự do,*" thì Thích Tuệ Sỹ nói rằng: "*Con người giải thoát khi thấy rõ không có cái Ta nào để bị kết án.*"

Thầy đã đi xa, nhưng Tuệ vẫn còn ở lại.: Ở lại trong từng hơi thở của người học đạo, trong từng dòng chữ của Trang Nhà Hoằng Pháp – nơi Thầy đã gieo hạt giống khai minh, đối thoại và tự do. Ở lại trong những ai từng tin rằng Phật pháp không chỉ là giáo lý để tụng niệm, mà là ánh sáng soi đường trong những khúc quanh tối nhất của đời người.

Từ bi, không chỉ là lòng thương mà là dấn thân. Thầy không rút lui vào cõi thiền am tĩnh mịch, mà bước ra giảng dạy, viết, dịch, tranh luận, hoằng pháp – để ngọn đèn Phật học Việt Nam không tắt giữa thế kỷ đầy biến động.

Trí tuệ, là cốt tủy trong từng trang kinh, từng luận thuyết. Từ Triết học về Tánh Không đến Đạo Phật và Con Người Hiện Đại, Thầy luôn đi tìm một lối vào Phật pháp bằng con đường khai phóng, nơi tri thức không đối nghịch với đức tin, mà nâng đỡ đức tin.

Tự do, là hơi thở cuối cùng của một đời người tu. Không tự do, thì đạo chỉ là khuôn phép; có tự do, mới có giác ngộ. Thầy từng nói:

"Không ai có thể hoằng pháp nếu chưa từng giải thoát khỏi chính mình."

Câu ấy, giờ đọc lại, như một lời gửi cho tất cả những người đi sau; những ai đang hoằng pháp trong kỷ nguyên hỗn mang của thông tin và ảo tưởng; rằng, điều quan trọng nhất không phải là nói về đạo, mà là sống được trong đạo.

Ngọn lửa Tuệ Sỹ đã cháy trọn một đời và chính vì cháy trọn, nên đã hóa thành ánh trăng. Ánh trăng ấy không bốc cháy dữ dội, mà soi đường cho từng bước chân hậu học trên con đường dài của Phật pháp và nhân sinh.

Trang Nhà Hoằng Pháp mà Thầy khởi dựng hôm nay vẫn còn đó, như một vườn trí tuệ đang nở hoa sau cơn mưa.

Những người ở lại, dù không đủ để nối gót, vẫn có thể giữ được ánh sáng khi vẫn khiêm cung lắng lòng trầm tư trong tịch lặng để chắt lọc pháp ngôn, xiển dương pháp thoại, sáng tác pháp tuệ, cung dưỡng pháp hành trong tương quan nghệ thuật với nhân sinh cho Đạo và cho Đời.

"Ta về trong bóng nguyệt xưa,
Nghe hoa vẫn nở như chưa hề tàn." (Hồi quang)

Thầy ơi!

Ánh trăng vẫn đó.

Và trong mỗi người còn lại, ngọn lửa của Thầy chưa bao giờ tắt.

Sacramento, thủ phủ Cali. Quý Thu 2025

Nguyên Thọ Trần Kiêm Đoàn

THẦY EM

NHÃ CA

Đây là bài thơ gửi Ôn (Thầy Em) vào ngày 31 tháng 10, năm 2023. Và 6 câu thơ Ôn đáp trả gửi lại vào ngày 1 tháng 11 như một lời chào ly biệt.

TRĂNG VỠ TRONG TÁCH TRÀ

Muốn ôm một vầng trăng
Đến thăm em trong chiều
Em, áo cà sa xám
Chị, áo một màu nâu
Trà rót hoài không cạn
Bởi chuông chùa tan lâu
Chị viết một câu thơ
Em viết kinh trên lá
Rừng không còn tiếng nói
Núi không biết kêu la
Hư vô không tiếng gọi
Kinh đã như lá khô
Ôi! Đã nguội tách trà
Giọt lệ ai rơi xuống
Giữa một vầng trăng vỡ
Giữa một thời gian đen

Nhã Ca
31.10.2023

đêm huyền thoại
chung trà mộng mị tàn canh

hương còn thoảng
trong hạt mưa khuya
giọt lệ đẫm ướt
hai bờ sinh tử

Tuệ Sỹ
1.11.2023

Và 2 năm sau: 24.11.2023

BÓNG VÀ NGƯỜI

Lại đến tháng mười một
Tháng mười tuyết đã rơi
Mây lang thang vô định
Tìm đâu thấy bóng, người
Tuyết rơi, tuyết rơi mãi
Dòng lệ trắng từ trời
Ràn rụa trên mặt đất
Trăng đã lặn từ lâu
Bóng, người cũng đã khuất
Ngày hấp hối mê sảng
Lăn lộn vào đêm tối
Buồn cũng đến vậy thôi
Vạn vật đều như huyễn
Nói chi bóng với người

Nhã Ca

BÓNG TỊCH LIÊU...

HUỆ ĐAN

Trong một giấc mộng không khởi đầu, con thấy Thầy ngồi giữa thinh không. Lưng tựa vào một câu thơ chưa viết, mắt khép lại như chưa từng mở. Không phải đang thiền. Không phải đang nghĩ. Không phải vượt qua điều gì. Chỉ đơn thuần hiện hữu - một sự hiện hữu không còn nhu cầu hiện hữu.

Thầy - như chiếc bóng của người từng đi qua trăm mùa bão lửa - ngồi đó. Không như đạo sư. Không như thi sĩ. Không như hành giả. Chỉ như một khoảng trống tịch nhiên, nơi mọi danh phận đã rũ xuống như bụi vàng trên vai áo cũ. Thân hình gầy guộc tựa một nhành khô lạc giữa rừng u tịch. Nhưng kỳ lạ thay, từ nơi cằn cỗi ấy, một cơn gió từ bi vẫn âm thầm thổi qua. Không lời. Không tiếng. Không gượng ép. Như một hơi thở cuối cùng còn giữ lại nhịp đập cho cả nhân gian.

Với Thầy, cô liêu không phải là đơn chiếc, mà là cách sống trọn vẹn với vô thường. Cổ nhân nói: "Tri túc tiện túc, đãi túc hà thời túc." Và cái biết đủ ấy chính là Thầy vẫn ngồi đó - không cần Thế giới phải minh giải điều gì, không đòi Thời gian phải khép tròn cánh cửa.

Bấy giờ, cô liêu không là vắng bóng, mà là viên mãn. Là khi tất cả đã im. Tâm không còn lay. Trí không còn vọng. Khổ không còn níu. Lạc không còn gọi. Thầy ngồi - như một câu hỏi không cần ai trả lời. Như một bài thơ chưa viết đã là thơ. Như một hạt bụi an nhiên giữa gió - lặng lẽ.

Thầy con đã đi qua những vùng bão của lịch sử, những lằn ranh của niềm tin, những hốc tối của thân phận: thi sĩ, tù nhân, học giả, nhà sư – tất cả như những mùa lá đã rơi xuống mặt hồ mà không tạo một gợn sóng. Giờ đây, nơi Thầy ngồi, không còn tên gọi. Không còn ý nghĩa để bám víu. Không còn "tôi" hay "người". Chỉ còn sự vắng lặng đang nói thay.

Con không rõ Thầy đang nhìn về biển xa hay đang nhìn vào lòng mình. Cũng có thể không nhìn gì cả - vì "nhìn" là hành động của kẻ còn phân biệt. Với Thầy - như một đóa vô ngôn: không nở, không tàn - chỉ lặng lẽ thấm vào không gian như một vết tịnh không thể xóa mờ.

Trong truyền thống Phật giáo Việt Nam, hình ảnh một vị tăng già ngồi lặng nơi non cao không phải là sự bỏ trốn thế gian, mà là lời mời lặng lẽ để trở về - về với cái không cần chứng minh, không cần sở đắc, không cần gọi tên. Thầy ngồi - như một nén hương đã cháy hết hình, nhưng hương vẫn chưa tan. Hương ấy không thơm vì hoa. Không nồng vì lửa. Mà lan tỏa bởi thời gian...

Giờ đây, bóng Thầy ngồi đó như một ngọn núi giữa mênh mang vô ảnh. Nhìn vào, con không thấy Thầy - mà thấy chính mình. Thấy mọi ồn ào trong con rơi rụng dần như lá cuối mùa. Cô liêu - không là bóng đổ của đơn độc, mà là ánh sáng của một đời đã rời khỏi bụi trần.

Nếu có một nơi nào gọi là quê hương vĩnh cửu, thì có lẽ đó chính là nơi Thầy đang ngồi - giữa câu thơ chưa viết và bầu trời không còn ngôn ngữ. Và hôm nay, giữa nhân sinh vẫn còn mịt mù bụi đỏ, con ngồi lặng trước di ảnh Thầy như đứng trước một tấm gương không còn phản chiếu hình hài, mà chỉ phản chiếu tâm niệm.

Một phần nào trong con bỗng lặng xuống. Như có ai đó vừa đặt tay lên ngực mình - không nói gì - chỉ đặt một bàn tay ấm áp. Và như thế, vết thương đã thôi kêu gọi. Nỗi băn khoăn đã thôi vẫy vùng.

Thầy vẫn ngồi đó - không trên đỉnh đá. Không dưới tàn cây. Mà trong tận cùng của khoảng lặng vô ngôn. Bóng cô liêu ấy không hề lẻ loi, vì trong tịch mịch, Thầy đã trở thành người đồng hành của muôn tấm lòng hậu học.

Một đời Thầy ngồi lại để dạy chúng con biết cách bước đi. Một đời không nói để dạy chúng con lắng nghe tiếng tịch liêu.

Phương ngoại, tưởng kính Thầy - không có tràng hoa. Không với nén hương. Chỉ bằng một khởi tâm quay về - một tâm niệm không tìm, không níu, không vọng.

Phật lịch 2569 - Vô Trụ Xứ Am, ngày 7 tháng 7 năm 2025

Huệ Đan Trần Minh Triết
(Trích Phật Học Luận Tập, số 12 - Hương Tích ấn hành)

THE SHADOW OF SERENITY

HUỆ ĐAN

In a dream without beginning, I saw the Master seated in the vast emptiness. His back rested against a verse yet to be written, his eyes closed as if they had never opened-not in meditation, not in thought, not in overcoming anything-simply existing: an existence beyond the need to exist.

The Master-like the shadow of one who had walked through a hundred seasons of fire and storm-sat there. Not as a teacher, not as a poet, nor as a practitioner, but as a silent void where all titles had fallen away like golden dust upon an old robe. His thin body resembled a withered branch lost in the forest's stillness. And yet, wondrously, from that barren place, a wind of compassion continued to blow. No words. No sound. No effort. Like a final breath still sustaining the heartbeat of the world.

For the Master, solitude was not loneliness but a way of living fully with impermanence. The ancients said, "To know sufficiency is to find sufficiency; if one waits for sufficiency, when will it ever be enough?" This understanding of enough was precisely the Master still sitting there-needing no explanation from the world, demanding no closure from Time.

At that moment, solitude was not absence but fullness. It was when all had fallen silent. The mind no longer stirred, the intellect no longer wandered, suffering no longer clung, and joy no longer beckoned. The Master sat-like a question needing no answer, like an unwritten poem already complete, like a speck of dust at peace within the wind-silent.

My Master had passed through the storms of history, the boundaries of faith, and the dark recesses of human fate: poet, prisoner, scholar, monk-all like seasons of fallen leaves upon a lake, without causing a single ripple. Now, where the Master sits, there is no name to call, no meaning to grasp, no "I" nor "other." Only silence itself speaks.

I do not know whether the Master gazes toward the distant sea or into the depths of his own heart. Perhaps he does not gaze at all-for "to gaze" is the act of one still caught in distinctions. With the Master, it is like a wordless blossom: neither blooming nor fading, but quietly permeating the space, like a trace of stillness that can never be erased.

In the Vietnamese Buddhist tradition, the image of a monk sitting silently atop a high mountain is not an escape from the world but a quiet invitation to return-return to that which requires no proof, no attainment, no name. The Master sits like a stick of incense whose form has burned away, yet whose fragrance remains. A fragrance not born of flowers, nor kindled by fire, but diffused through the passage of time...

Now, the Master's shadow sits there like a mountain amidst boundless emptiness. Looking within, I do not see the Master-I see myself. I witness all the noise within me falling away, like leaves at the end of autumn. Solitude here is not the shadow of loneliness but the radiance of a life that has left behind the dust of the world.

If there is a place that could be called the eternal homeland, perhaps it is exactly where the Master now sits-between an unwritten verse and a sky beyond language. Today, amid the human world still veiled in red dust, I sit silently before the Master's memorial portrait, as if standing before a mirror that no longer reflects form but only the mind's remembrance.

Something within me suddenly grows still, as if someone has gently placed a hand upon my chest-without words, only a warm palm resting there. In that touch, the wound ceases its calling, and the restlessness ends its struggle.

The Master still sits there-not upon the rocky summit, nor beneath the shade of trees, but within the very depths of wordless silence. That solitary shadow is never lonely, for in the stillness, the Master has become the companion of countless devoted hearts.

The Master spent his entire life sitting to teach us how to walk. The Master remained silent throughout his life to teach us to listen to the silence.

Beyond the temple walls, in reverence to the Master-no garlands of flowers, no sticks of incense, only a single turning of the heart: a mindfulness that seeks nothing, clings to nothing, and harbors no illusions.

Buddhist Era 2569 – July 7, 2025
Written at The Hermitage of Non-Abiding

Huệ Đan (Trần Minh Triết)

Translated by ***Bạch X. Phẻ & Nguyên Giác***

TINH HOA THIÊN CỔ

VĨNH HẢO

1.
Chớm thu hiu hắt đồi hoang cũ
Lối mòn cỏ lấp dấu chân xưa
Người đi vạn dặm không tung tích
Để lại muôn lời rơi như mưa.

2.
Từng bước động vang trời kim-cổ
Mỗi lời trùm lấp hướng đông-tây
Lên non chạm đến vô biên xứ
Xuống đèo hoa trắng trùng trùng mây.

3.
Cỏ dại xanh rờn trên lá úa
Cây già sừng sững giữa non cao
Sư tử xa rừng im tiếng hống
Sấm động ngang trời, đất nghiêng chao.

4.
Trăm năm dội lại đời hưng-phế
Cổ lụy sơn hà nghìn dặm đau
Lữ thứ độc hành đường mây bạc
Phơ phất ven rừng chập chùng lau.

5.
Xao xuyến thương ai chiều thu quạnh
Lá úa năm rồi đã mục khô
Cùng với trăng sao nhịp thở dài
Vào dòng phổ độ kiếp trần ai.

6.
Bến không bàng bạc hoa trời rải
Lòng còn vương vấn việc mai sau
Đường dài chưa mỏi chân đại sĩ
Lão bệnh tạm dừng gót vân du.

7.
Tự tình không hổ trang kinh sử
Đạo phong, uy đức, tỏa muôn nơi
Tinh hoa thiên cổ lưu hậu thế
Cao vút tầng không hạc ngang trời.

(Kính dâng ân sư Tuệ Sỹ
nhân lễ Đại Tường của Người)

THE ETERNAL ESSENCE OF THE AGES

(Respectfully offered to the late Most Venerable Thích Tuệ Sỹ)

1.
Early autumn sighs across the ancient hill,
The path once trodden—now hidden in grass.
The traveler vanished beyond ten thousand miles,
Leaving only words and teachings that fall like rain.

2.
Each step resounds through realms of time,
Each phrase embraces East and West.
Ascending the peak—touching boundless space,
Descending the pass—white blossoms meet the clouds.

3.
Wild grass renews upon withered leaves,
An aged tree stands firm against the heights.
The lion, far from forest, no longer roars—
Thunder shakes the sky, and earth tilts in awe.

4.
A hundred years echo rise and fall,
Old griefs stretch over a thousand miles.
A lone pilgrim walks the silver-clouded path,
By the forest's edge where endless reeds sway.
5.

At autumn's lonely dusk, who stirs the heart?
Last year's leaves have turned to dust and air.
With moon and stars he breathes a gentle sigh—
Joining the stream that saves all sentient lives.

6.
At the empty shore, heaven's blossoms drift,
His heart is still mindful of tomorrow's vow.
The Great Being's feet, untired by long roads—
Pause awhile in the frailty of age nor sickness.

7.
Alone in truth, yet beyond word and lore,
His virtue and spirit radiate through time.
The essence of the ages shines for those to come—
Lofty as cranes gliding across the endless sky.

Poem by **Vĩnh Hảo**
Translated by **Thiên Nhạn**

TRI ÂN THẦY TRONG LỄ ĐẠI TƯỜNG

MỘT NÉN TÂM HƯƠNG TƯỞNG NIỆM VỊ THẦY TUỆ (SỸ), BẬC LONG TƯỢNG CỦA PHẬT GIÁO VIỆT NAM

THIÊN NHẠN

Trong không gian tĩnh lặng của một buổi sớm mùa thu tại thủ phủ Sacramento. Trời đã se lạnh, gió mùa vừa sang và những cơn mưa cũng đang bắt đầu nặng hạt, con chắp tay hướng về phương trời xa, nơi pháp thân Thầy vẫn tỏa rạng giữa hư vô. Bao nhiêu lời muốn nói, rồi bỗng hóa thành im lặng, vì làm sao dùng được lời phàm để nói hết công đức, trí tuệ và từ bi của một bậc Thạc đức như Thầy, người mà bốn chúng gọi là bậc minh sư, bậc long tượng Phật Giáo Việt Nam – Hòa Thượng Thích Tuệ Sỹ – người đã hiến trọn đời mình cho đạo pháp, dân tộc và nhân loại.

Thầy là biểu tượng của trí tuệ không khuất phục, của từ bi vô lượng, của văn hóa khai phóng và giáo dục vị tha. Dáng Thầy gầy, giọng nói nhỏ nhẹ, nhưng ý chí và tầm nhìn của Thầy vững như núi Tu Di giữa pháp hội trần gian. Từ thân giáo, khẩu giáo cho đến ý giáo, Thầy đã gieo hạt giống Bồ-đề trong bao thế hệ, từ chốn thiền môn đến học đường, từ kinh sách Phật học đến văn chương nhân thế.

Hạnh nguyện Bồ Tát của Thầy mà trong đó có sự nuôi dưỡng, giảng dạy hay dịch thuật, mà là thức tỉnh con người trong từng lời kinh, từng hơi thở, từng ý niệm hay từng hành động lợi sinh. Thầy dạy rằng văn hóa và giáo dục là con đường dài của sự chuyển hóa, còn chính trị hay quyền lực chỉ là gió thoảng, mây bay. Thầy lấy đại bi làm nguyện, đại trí làm phương tiện, đại hùng làm hành động — ba cột trụ của một đời Bồ-tát hành đạo giữa nhân gian.

Như nhiều người đã biết, với bao năm tháng lao tù, Thầy vẫn ung dung. Trước bất công, Thầy không oán hờn. Trong khổ đau, Thầy không than thở. Trong im lặng, Thầy vẫn dạy đời bằng chính trí tuệ và thân giáo của mình. Cả cuộc đời Thầy là một bài kệ sống. Quả đúng như vậy, mỗi hơi thở, mỗi nụ cười, mỗi dòng thơ, mỗi bản dịch, đều là một pháp âm. Thầy đúng là vị Thầy của bốn chúng và của nhiều thế hệ. Thầy chính là người khơi sáng niềm tin và dũng lực cho Tăng Ni, Phật tử và tuổi trẻ Việt Nam. Với Thầy, tuổi trẻ là tương lai của đạo pháp và dân tộc, là hạt giống cần được tưới tẩm bằng sự hiểu biết, tình thương và tinh thần khai phóng. Thầy thường dạy chúng con, "Lấy văn hóa và giáo dục làm hành trang cho cuộc đời mình." Lời dạy ấy, như giọt sương đầu ngày, trong veo, thấm nhuận vào con nhẹ nhàng và sâu thẳm. Với nhiều vị Tăng sĩ hay Phật tử Việt Nam, đó là ngọn hải đăng soi đường trên hành trình phụng sự: vừa dấn thân, vừa tỉnh thức; vừa học hỏi, hành trì, noi theo, và tiếp nối.

Nhân đây, xin được kể lại một ước mơ và ý nguyện sâu xa của Thầy, để tất cả chúng ta cùng nhau nỗ lực tiếp nối. Đó là giấc mơ về một Trường Đại học Phật giáo Việt Nam tại Hải ngoại — một ước nguyện mà Thầy đã ấp ủ từ lâu, với tâm nguyện muốn thấy ánh sáng của Chánh pháp lan tỏa khắp nơi, để thế hệ con cháu mai sau còn có nơi nương tựa vào văn hóa, trí tuệ và đạo hạnh của Phật Giáo Việt.

Trong những lần được hầu chuyện cùng Thầy, người viết vẫn nhớ mãi giọng nói nhỏ nhẹ, hiền từ mà kiên định của Thầy khi nói về giấc mơ ấy. Một giấc mơ không mang dáng dấp của quyền lực hay danh vọng, mà thuần túy là hạnh nguyện độ sinh và hoằng dương Chánh pháp. Thầy hỏi: "Nếu có điều kiện, chúng ta có thể thành lập một trường đại học cho Phật giáo Việt Nam tại xứ người thì nên xây dựng ở đâu?"

Chúng tôi khi ấy chỉ biết thưa theo cái hiểu biết của mình. Thầy nghe xong, trầm ngâm nói một cách hiền hậu: "Vậy thì, ta có thể khởi sự ở Âu Châu. Ở đó có Hòa thượng Thích Như Điển, có nhiều đệ tử uyên bác — cả Tăng, Ni, và cư sĩ — đang dấn thân trong ngành giáo dục. Ở đó, có môi trường tốt, có nhân duyên thuận lợi."

Thầy nói xong và vẽ tiếp một con đường. Thầy bảo: Trước hết, chúng ta hãy thử một Viện Phật Học, như một chi nhánh đầu tiên. Từ đó, sẽ vun bồi nhân sự, tài lực, và nền tảng để tiến tới Đại học. Làm chậm nhưng bền, làm ít nhưng thật và phải hoàn tất trong 5 năm để bắt đầu thành lập trường Đại học trong 10 năm.

Chúng tôi khi ấy liền thưa lại rằng: Ở Hải ngoại, có nhiều vị Hòa thượng luôn hết lòng hỗ trợ Thầy như HT. Thích Như Điển, HT. Thích Nguyên Siêu, HT. Thích Bổn Đạt, cùng những bậc Thầy trẻ đã và đang du học hay hành đạo ở hải ngoại, như Thầy Tâm Nhãn, Sư Cô Khánh Năng (Hạnh Thân), Sư Cô Diệu Nguyệt, v.v... Lại còn có những cư sĩ trung kiên, hết lòng vì Phật sự và vì Thầy, như anh Nguyên Đạo, anh Tâm Huy, anh Tâm Quang, anh Thị Nghĩa, cùng nhiều Phật tử tại Âu, Mỹ, Úc luôn nguyện làm cánh tay nối dài cho Giáo hội.

Thầy nghe xong, hoan hỷ vô cùng. Thầy hoan hỷ và chúng tôi thầm nghĩ nếu có nhân duyên như vậy, thì ắt việc này có thể thành tựu. Thế rồi Thầy kết luận, một trong những nơi thích hợp nhất, có thể là Học Phật Viện Viên Giác ở Đức quốc. Ở đó, có HT. Thích Như Điển, và nhiều vị học trò chí thiết, có tâm và có tầm. Thầy tin rằng, nếu nhân duyên thù thắng, nơi ấy sẽ là mầm non đầu tiên của giấc mơ Đại học Phật giáo Việt Nam nơi xứ người.

Điều làm chúng tôi cảm động hơn cả là hiện nay tại Hải Ngoại có Sư Cô Thích Nữ Hạnh Thân, Sư Cô Diệu Nguyệt (Sucandra – Alena Gripass), chị Mai Lê (Con gái của Cô Nhã Ca), đã cùng nhau thành lập Học Viện Chúng Hương Online (Xin xem trang nhà ở đây, https://chunghuonginstitute.org/) để tiếp nối các công việc Phật sự của Thầy, như những mạch nước trong chảy tiếp từ nguồn tâm Đại Bi, Đại Trí của Thầy. Thầy vẫn thường dạy: Chúng ta không chỉ giữ đạo cho riêng mình, mà phải gieo lại hạt giống Chánh pháp muôn phương. Giấc mơ của Thầy, do đó, không chỉ là dựng một nơi chốn bằng gạch ngói, mà là xây dựng một ngôi nhà tâm linh của trí tuệ và từ bi — nơi hội tụ tinh hoa văn hóa Việt, minh triết Phật giáo và tinh thần giáo dục nhân bản của nhân loại.

Giấc mơ và hạnh nguyện của Thầy – cũng là lời gửi gắm cho chúng ta hôm nay. Dù học viện hay trường đại học ấy chưa mọc lên giữa trời Âu hay đất Mỹ, nhưng hạt giống của nó đã được Thầy gieo sẵn trong tâm của mỗi người học trò. Chỉ cần chúng ta cùng chung tay, nuôi dưỡng bằng tâm thành, bằng đạo hạnh, và bằng trí tuệ — thì một ngày nào đó, một trường Đại học Phật giáo Việt Nam tại Hải ngoại sẽ thành hình như một đóa sen giữa trời Tây, tỏa hương cho đời và nối dài ánh sáng từ bi của Đạo Phật Việt Nam trên khắp năm châu. Thầy muốn nơi đó là chỗ để người xuất gia hay tại gia, trẻ hay già, Đông hay Tây – cùng chia sẻ một lý tưởng: "Học để giác ngộ và phụng sự."

Ước vọng của Thầy cũng chính là trách nhiệm của kẻ hậu lai. Chúng con, những kẻ hậu học đang cúi đầu nhận lấy lời nhắn nhủ ấy như một tâm ấn truyền đăng. Dẫu biết con đường này nhiều chông gai, nhưng mỗi bước đi là một đoá sen nở, mỗi bàn tay góp lại là một viên gạch dựng nên Đại học Từ Bi – Trí Tuệ. Chúng con tin rằng, ngọn lửa Tuệ Sỹ đã và đang lan toả như hạnh nguyện 'hư không hữu tận, ngã nguyện vô cùng' của Thầy. Từ Dambri đến Hannover, từ Washington D.C. đến Paris, từ Huế đến Sydney, từ Saigon đến Vancouver – bất cứ nơi nào có người Việt còn hướng về Phật pháp, nơi ấy có thể là mảnh đất tâm cho Phật giáo Việt Nam đang nảy mầm.

Với tầm nhìn khai phóng và nhân bản của Thầy, Giáo dục Phật giáo không chỉ đào tạo Tăng tài, mà còn phải đào tạo những con người có tâm hồn tự do, có trí tuệ khai mở và trái tim nhân hậu. Viện Phật Học hay trường Đại học ấy – trong giấc mơ của Thầy sẽ là nơi không bị ràng buộc người học vào khuôn khổ giáo điều, mà là nơi khai phóng tư duy, thắp sáng trí tuệ, dung hòa Đông Tây, kết nối cổ kim, nơi Tăng Ni sinh, học viên, sinh viên không chỉ học hỏi Kinh, Luật, Luận, mà còn chuyên tâm vào khoa học, triết học, giáo dục, nghệ thuật, ngôn ngữ, và nhân quyền – tất cả đều soi chiếu bằng ánh sáng Từ Bi và Trí Tuệ của Đạo Phật.

Di sản của Thầy đã nằm trong hơn nửa thế kỷ trước tác, giảng dạy và dịch thuật và đang ở trong tâm hồn nhân bản và tinh thần khai mở mà Thầy đã truyền trao. Công trình phiên dịch Đại Tạng Kinh Việt Nam là một sự nghiệp giáo dục và tâm linh vĩ đại – nối liền quá khứ với tương lai, truyền thống với hiện đại, Đông phương với Tây phương. Những lời Thầy dạy, những lá thư, những bản thảo, những dòng thơ như "quán trọ" giữa cuộc đời, là nơi ta dừng lại để soi chiếu tâm mình, để thấy vô thường mà không sợ hãi, để sống giữa đời mà không đánh mất chân tâm.

Thầy ơi,

Tháng Mười Một lại về, mưa vẫn rơi như những giọt tâm tư. Thuyền từ Giáo hội còn neo bến, nhưng bóng Thầy đã khuất giữa trời Không. Tuy nhiên, ngọn đuốc và ánh sáng mà Thầy đã thắp lên vẫn lan toả trong từng nụ cười lam áo, trong từng lời giảng, trong từng trang kinh được mở. Chúng con xin kính tri ân Thầy.

Chúng con xin nguyện tiếp nối hạnh nguyện độ sinh của Thầy,

Lấy Chánh pháp làm đường đi,
Lấy Từ bi làm lẽ sống,
Lấy Trí tuệ làm hơi thở của từng ngày.

Xin nguyện hồi hướng những công đức lành đến pháp thân thanh tịnh của Thầy–bậc Cao Tăng Thạc đức, Nhà giáo dục lớn, người đã soi sáng tâm hồn Việt giữa vô minh nhân thế.

Nam Mô Bổn Sư Thích Ca Mâu Ni Phật

Sacramento, Bạch Vân Am, 2025

Thiên Nhạn

RA ĐI LÒNG NHẸ NHƯ TƠ

THỊ NGHĨA - TRẦN TRUNG ĐẠO

Chúng ta thường nghe sự viên tịch của Hòa thượng Thích Tuệ Sỹ là "một mất mát vô cùng to lớn". Nhưng mất mát gì? Mất mát gì tùy thuộc người trả lời là ai. Một người có thể cảm thấy mất rất nhiều nhưng người khác có thể chẳng mất gì cả vì nhục thể theo về cát bụi nhưng tinh thần của Thầy vẫn còn nguyên vẹn.

Cá nhân tôi cảm thấy mất mát quá nhiều.

Hôm lễ Tưởng Niệm Hòa Thượng Thích Tuệ Sỹ tại Tu Viện Đại Bi, Chúc Tiến là một trong số các Phật tử phụ trách phần chụp hình. Chúc Tiến ở Bắc California nhưng bay sang Nam California để lo phụ chụp hình. Anh em chúng tôi mới gặp mặt nhau đây nhưng khi kể ra mới biết chúng tôi biết nhau từ lâu lắm.

Dưới một bức ảnh tôi đứng sau bàn thờ Ôn, Chúc Tiến ghi chú: "*Trong buổi Lễ Tưởng niệm Ôn Tuệ Sỹ nhìn thấy Anh Đạo ngẩn ngơ như người mất hồn, ít ai để ý nhưng tôi biết, vì Anh quá thương Ôn và anh vẫn chưa tin sự thật là Ôn đã ra đi.*"

Cho đến khi các em Huynh trưởng GĐPT giục tôi ra chỗ bàn tiếp tân để ký tên vào Kỷ Yếu Tri Ân Hòa Thượng Thích Tuệ Sỹ thay mặt cho Ban Biên Tập, tôi đứng sau lưng bàn thờ Ôn gần hết chiều dài của lễ tưởng niệm với cây bút và tờ chương trình trong tay. Sau khi phân chia công việc, mỗi người lo phần hành của mình. Trong suốt chương trình tôi không cầm tới cái 'micro' ngoại trừ khi phát biểu về sự ra đời của Kỷ Yếu Tri Ân.

Đúng như Chúc Tiến viết, rất ít khi tinh thần tôi đầy tâm trạng như thế. Sống hồn nhiên là bản tính của tôi dù về tuổi tác tôi không còn trong tuổi hồn nhiên nữa. Nhưng hôm đó tôi đứng sau bàn thờ Ôn với dáng thẫn thờ, lo âu, ngơ ngác. Cho đến hôm nay, tôi vẫn chưa hết bàng hoàng dù ngày mai là Chung Thất Ôn rồi.

Khi Thầy viên tịch, những người kính quý Thầy dù là Phật tử hay không phải là Phật tử, dù tự an ủi mình bằng nhiều cách, đều cảm thấy mất mát. Chúng ta mất đi một nhà văn hóa dân tộc hiếm hoi trong dòng lịch sử dài hàng ngàn năm. Chúng ta mất đi một trí thức yêu nước chân thành và can đảm. Chúng ta mất đi một bậc Thầy đạo đức xứng đáng làm gương cho nhiều thế hệ Việt Nam. Chúng ta mất đi một nhà thơ chân tài. Chúng ta mất đi một bậc lãnh đạo GHPGVNTN giữa lúc con thuyền đạo pháp đang vướng trong mỏm đá. Chúng ta mất đi một một dịch giả nhiều kinh điển cao siêu. Chúng ta mất đi tiếng cười giòn hoan hỉ của một thiền sư sau khi đàn xong một bản dương cầm. Tóm lại, khi Thầy ra đi chúng ta mất mát nhiều thứ.

Mỗi người tùy theo trình độ nhận thức và góc nhìn sẽ cảm thấy mất mát một phần nào đó, còn tôi, tôi cảm thấy mất hết mọi phần.

Trước ngày Thầy ra đi tôi viết một bài dành cho Kỷ Yếu Tri Ân Hòa thượng Thích Tuệ Sỹ. Là một trong những cư sĩ Phật tử có may mắn được cập nhật tin tức về bịnh tình của Thầy khá thường xuyên, chúng tôi biết là Thầy sẽ ra đi.

Trong bài viết, mặc dù tôi không dùng chữ Hòa thượng Thích Tuệ Sỹ hay Ôn Tuệ Sỹ thân kính vì khi viết Thầy còn tương đối khỏe. Nhưng nếu viết đúng, đoạn văn đó sẽ là:

"Không một bậc cao tăng thạc đức nào thật sự ra đi. Hành trạng của Hòa thượng Tuệ Sỹ vẫn in dấu sâu đậm trong lòng Dân Tộc và Đạo Pháp. Tác phẩm Hòa thượng viết, những lời dặn dò của Hòa thượng sẽ còn mãi mãi. Tiếng dương cầm vẫn réo rắt chảy theo dòng Suối Từ Bi. Đời người "như sương mai, như ánh chớp, mây chiều" nhưng ngọn lửa tin yêu và hy vọng mà Hòa thượng Tuệ Sỹ thắp lên sẽ không bao giờ tắt cho đến khi nào dân tộc Việt Nam còn tồn tại trên mặt đất này."

Dù đó là sự thật nhưng khi nghe tin Hòa thượng viên tịch lòng tôi vẫn rối như tơ vò.

Bốn ngày sau khi Hòa thượng viên tịch, đài VOA hỏi tôi di sản nào của Hòa thượng Tuệ Sỹ tôi cho là quan trọng nhất, tôi phát biểu với đại ý:"Hôm qua khi Quốc Phương hỏi tôi di sản của Hòa thượng để lại là gì, tôi có làm một xấp thẻ, mỗi thẻ tôi ghi một điểm nổi bật của Hòa thượng. Tôi phân tích từng thẻ một và sau khi phân tích xong tôi tự quyết định để lại hay rút ra. Và cứ thế tôi rút thẻ cho đến khi chỉ còn hai tấm thẻ là thẻ văn hóa và thẻ tầm nhìn. Tôi chọn cả hai."

Hòa thượng đã xác minh trong *Thư Khánh Tuế*: *"Bản thân tôi trước sau vẫn chỉ là nhà giáo dục, sự nghiệp suốt đời chỉ giới hạn trong những việc trước tác, phiên dịch kinh điển. Những khi cần đến kiến thức hàn lâm, Chư tôn Trưởng lão triệu tôi đến để thông diễn tôn ý cho bốn chúng đệ tử. Khi không cần thiết, tôi được phép trở về bản vị trong các giảng đường và thư viện."*

Văn hóa là điểm nổi bật trong hành trạng của Hòa thượng. Hơn ai hết Thầy biết văn hóa là sức sống của dân tộc.Tôi là một mẫu người nặng tình cảm đang lang thang trong cõi ta bà. Hòa thượng khác tôi. Tình cảm của Hòa thượng dành cho dân tộc, cho Đạo Phật và cho con người. Hòa thượng xem việc đến hay đi đều nhẹ như tơ. Hòa thượng làm hết những gì có thể làm được nhưng không vương vấn đối với những việc chưa làm xong. Sông sẽ chảy và nước sẽ trôi. Mọi sự vật đến và đi đều có lý do, đừng quá nặng lòng.

Cách nhìn mọi việc nhẹ như tơ của Hòa thượng đã được chứng nghiệm không phải một lần mà nhiều lần.

Năm 1973, Thầy là Giáo sư Phân khoa Phật Học kiêm thành viên của Hội Đồng Phiên Dịch Tam Tạng kiêm Chủ bút Tạp Chí Tư Tưởng của Đại Học Vạn Hạnh. Trong thời điểm này Tạp chí Tư Tưởng được xem như là một "think tank" (trung tâm nghiên cứu và định hướng chiến lược) không chỉ của Phật Giáo và mà còn cả văn hóa Việt Nam. Nhưng vị Đại đức trẻ tuổi đã chọn để rời vị trí được trọng vọng trong giới hàn lâm thời đó để ra Nha Trang làm một chức vụ khiêm nhượng là Giám học của Phật Học Viện Hải Đức. Tại đó, Đại đức có nhiều thời gian hơn để giảng dạy, nghiên cứu và dịch thuật kinh điển thay vì bị cuốn hút vào hệ thống và cơ chế dù là hệ thống hay cơ chế giáo dục.

Sau 1975, khi dân tộc Việt Nam sắp bị treo cổ, vị Đại đức trẻ tuổi Thích Tuệ Sỹ lại dấn thân vào đường tranh đấu để thay đổi vận mệnh dân tộc. Thầy biết tranh đấu sẽ dẫn đến thành công? Chưa chắc, nhưng Thầy chẳng ngại gì sống chết.

Một người sống có lý tưởng là người làm những việc cần phải làm, không tránh né và không chờ ai khác. Thành công hay thất bại không phải là việc Thầy quan tâm mà đánh lên một tiếng chuông thức tỉnh dân tộc và nhân loại dù bằng mạng sống của mình là việc đáng làm.

Như mọi người đều biết Thầy và Thầy Mạnh Thát bị kết án tử hình. Nhiều lãnh đạo quốc gia phản ứng. Đức Đạt Lai Lạt Ma phản ứng. Dưới áp lực của quốc tế và đấu tranh của đồng bào trong cũng như ngoài nước, nhà nước CSVN đã hạ án tử hình xuống chung thân.

Chưa hết. Năm 1988, riêng Thầy Tuệ Sỹ đã bị tách ra khỏi khối tù chính trị ở trại Xuân Lộc, Đồng Nai và chuyển riêng ra trại A-20 tỉnh Phú Yên. Tháng 10 năm 1994, Thầy lại bị nhà cầm quyền tách ra lần nữa và đưa ra trại giam Ba Sao, miền Bắc khắc nghiệt hơn nhiều. Một mình trong xà lim nhưng Thầy vẫn đấu tranh, tuyệt thực và không hề xin xỏ. Khi CSVN trả tự do, Thầy thanh thản ra về lo dịch kinh tiếp, xem chuyện tù đày nơi rừng sâu nước độc Ba Sao là một giấc chiêm bao. Thầy chẳng có một lời than van, than vãn hay thù oán.

Sau khi được tự do trong nhà tù nhỏ, 1998, Thầy lại dành thời gian dịch kinh sách, không trực tiếp tham gia công việc điều hành GHPGVNTN mãi cho tới khi Đại Lão Hòa Thượng Quảng Độ mời vào chức vụ Tổng Thư Ký Viện Hóa Đạo GHPGVNTN. Sau đó là đại hội bất thường GHPGVNTN tại Tu viện Nguyên Thiều 2003. Hòa thượng Tuệ Sỹ không phải là mẫu người của bộ máy hành chánh nhưng làm những việc phải làm.

Năm 2008, khi Giáo Hội tương đối ổn định, Hòa thượng Tuệ Sỹ lại trở về với mục đích chính của mình là "dành hết thời gian và sức lực cho công việc trước tác, phiên dịch Phật ngôn, và đào tạo từng nhóm tăng ni đủ trình độ nghiên cứu Phật học, phiên dịch kinh điển sau này. Trong thời gian này Hòa thượng đã hoàn thành phiên dịch, hiệu đính 4 bộ kinh A-hàm, kinh Duy-ma-cật sở thuyết, bộ Luật Tứ phần, các bộ Luận Thành Duy Thức, A-tì-đạt-ma Câu-xá, và nhiều trước tác khác". (Tiểu sử chính thức của HT Thích Tuệ Sỹ do Hội Đồng Hoằng Pháp GHPGVNTN công bố ngày 24 tháng 11, 2023)

Rồi một ngày cuối thu 2011, Thầy quảy gánh ra đi, lang thang vô định. Che Thầy là mây, ru Thầy là gió. Chuỗi thơ 13 bài Thiên Lý Độc Hành ra đời trên những bước chân Thầy.

Rồi ngã xuống nghe suối tràn ngập máu
Thân là thân cỏ lá gập ghềnh xuôi
Chờ mưa tạnh ta trải trăng làm chiếu
Nghìn năm sau hoa trắng trổ trên đồi.

(Đoạn 8 trong chuỗi thơ Thiên Lý Độc Hành, Tuệ Sỹ, 2011-2012)

Viết để thấy, Thầy đến khi cần và ra đi khi không còn được cần. Lòng Thầy bao giờ cũng nhẹ nhàng, thanh thản, không vướng mắc bởi hình tướng, lợi danh. Người tu đạo Phật nào cũng biết những gì cầm trên tay dù chặt bao nhiêu cũng sẽ rơi, chiếc áo mặc sẽ rách và sắc đẹp khuynh thành cũng sẽ tàn phai. Nhưng biết là một việc, sống trọn vẹn trong sự hiểu biết đó vô cùng khó, ngoài Thầy Tuệ Sỹ.

Khác với thời điểm 1998 và 2003, năm 2019 còn bức thiết hơn vì Đại lão Hòa thượng Thích Quảng Độ biết mình sắp sửa ra đi. Ngài nhìn lại chung quanh thế hệ lãnh đạo GHPGVNTN trước và sau 1975 chỉ còn lại Hòa thượng Tuệ Sỹ, một bậc danh tăng có đủ đức tính văn hóa và tầm nhìn.

Tháng 03 năm 2019, Đại lão Hòa thượng Thích Quảng Độ mời Hòa thượng Thích Tuệ Sỹ đến gặp tại chùa Từ Hiếu, quận 8, Sài Gòn để phú chúc di ngôn và ấn tín của Viện Tăng thống GHPGVNTN, ủy nhiệm Hòa thượng Tuệ Sỹ lãnh đạo, xử lý thường vụ Viện Tăng thống sau khi Ngài viên tịch.

Trong thời gian đó, Hòa thượng Tuệ Sỹ biết chính bản thân mình cũng đang lâm trọng bệnh. Hòa thượng có thể từ chối lời đề nghị của Đại lão Hòa thượng Thích Quảng Độ. Nhưng một lần nữa Hòa thượng Tuệ Sỹ ý thức trách nhiệm và bước ra gánh vác.

Khi được đài Tiếng Nói Hoa Kỳ gởi câu hỏi về Di Sản của Hòa thượng Tuệ Sỹ, tôi viết ra trên những tấm thẻ những điểm nổi bật nhất của Ngài. Chẳng hạn "nhà thơ Tuệ Sỹ" thì tôi lấy tấm thẻ đó ra. Nhà thơ thì ai cũng có thể là nhà thơ xuất sắc được nhưng di sản của Hòa thượng thì không chỉ là thơ thôi. Cứ thế tôi lấy dần dần ra còn hai điểm mà tôi thấy rất là băn khoăn, tức là con người của Hòa thượng và tầm nhìn của Hòa thượng.

Tầm nhìn của một lãnh đạo Phật Giáo, lãnh đạo của bất cứ quốc gia hay tổ chức nào quan trọng nhất vẫn là tầm nhìn. Thứ hai, con người của Hòa thượng Tuệ Sỹ là con người của văn hóa.

Khi đức Đại lão Hòa thượng Thích Quảng Độ viên tịch ngài nghĩ đến Hòa thượng Tuệ Sỹ không phải vì Ngài Tuệ Sỹ giỏi. Không phải đâu. Giỏi là khác mà lãnh đạo giáo hội là khác. Ngài giao lại cho Hòa thượng Tuệ Sỹ vì hai lý do:

Tầm nhìn

Hòa thượng Tuệ Sỹ có một tầm nhìn và chỉ Hòa thượng Tuệ Sỹ mới có thể mang tầm nhìn đó để áp dụng cho xã hội được gọi là "thay đổi không ngừng" như ngày hôm nay.

Chính Hòa thượng Quảng Độ cũng nhìn lại bản thân để thấy chặng đường mình đã đi. Hòa thượng Quảng Độ không thể tự trách mình được vì ngày đó Ngài ở Thái Bình trong một ngôi chùa nhỏ. Dĩ nhiên trong không gian rất hẹp nên Ngài không thấy được tất cả những biến đổi diễn ra trên thế giới. Nhưng với điều kiện của Hòa thượng Tuệ Sỹ, với căn cơ xuất sắc và tầm nhìn của Hòa thượng Tuệ Sỹ thì giao lại cho một người có tầm nhìn xa vì tương lai của Giáo hội và tương lai đất nước.

Những điều đó nằm ngay trong đáy lòng của Hòa thượng Quảng Độ khi thấy lại, rõ ràng chúng ta cần một lãnh đạo Giáo hội nhưng Ngài đó phải vượt qua được thời đại của mình. Nếu chúng ta không vượt qua được bản thân của mình hay vượt qua thời đại của mình để hướng dẫn cả Giáo hội hướng tới một cánh cửa mới của thế giới đang mở ra thì sẽ rất khó khăn cho Giáo hội. Vì chính vì vậy mà Ngài đã giao lại cho Hòa thượng Tuệ Sỹ bởi vì Hòa thượng Tuệ Sỹ có một tầm nhìn rất xa.

Ngài luôn nói Phật giáo phải thích nghi với điều kiện của thế giới ngày hôm nay. Phật giáo không thể tồn tại được nếu chúng ta đóng khung trong mô thức chúng ta đã có từ 1964 cho tới bây giờ. Chúng ta phải thay đổi.

Văn hóa

Con người của Hòa thượng Tuệ Sỹ cuối cùng vẫn là con người của văn hóa. Văn hóa theo nghĩa rộng chứ không phải văn chương thi phú. Kinh điển là một phần của văn hóa. Kinh điển Ngài dịch cũng đóng góp vào văn hóa Việt Nam, và văn hóa Việt Nam là tổng hợp của các văn hóa của các tôn giáo, trong đó Phật Giáo đóng một phần. Văn hóa đó là yếu tố quan trọng nhất mà Hòa thượng Tuệ Sỹ cưu mang. Trong tất cả các thông điệp Ngài gởi ra Ngài luôn nhấn mạnh, phải mở ra, nếu chúng ta đóng lại thì chúng ta sẽ không thu nhận được. Căn nhà GHPGVNTN là căn nhà chung chứ không phải là căn nhà của những người ủng hộ Thầy. Đó là nơi để trở về.

Nếu chúng ta nghiên cứu lịch sử của các nước Đông Âu và Liên Xô, tất cả các "Giáo hội yêu nước" đều tự động giải tán sau các cuộc cách mạng 1990, 1991. Không còn ai nghe nhắc đến các "Ủy ban Thiên Chúa Giáo Cứu Nước" hay "Ủy Ban Chính Thống Giáo Cứu Nước" nữa mà các giáo hội chính thống tại các quốc gia đó hình thành. Những giáo hội đó không phải được thành lập sau 1990 mà họ đã tiềm tàng từ nhiều năm trước. Họ không bao giờ mất cả. Họ chỉ đứng dậy để tiếp tục hành trình. GHPGVNTN cũng vậy. Có thể cũng sẽ có một vài thời gian im lặng, tiềm ẩn nhưng sẽ không bao giờ tắt nghẽn, sẽ đứng dậy và tiếp tục đi.

Thay vì đi lại con đường mà nhiều bậc tôn đức đã đi qua, Hòa thượng Tuệ Sỹ chọn con đường mới thích hợp với không gian và thời gian của thời đại tin học. Hòa thượng không lập ra những ban bộ cồng kềnh trong nước và hải ngoại như đã từng được lập và cũng từng đổ vỡ. Lần này, Hòa thượng lập ra những hội đồng với trách nhiệm cụ thể về hoằng pháp và phiên dịch. Hòa thượng tận dụng mọi phương tiện khoa học kỹ thuật và khả năng của từng bậc tôn đức tăng ni cho tới từng cư sĩ. Hòa thường làm việc mỗi ngày, cười nói kể chuyện vui như không có gì nghiêm trọng. Nhiều khi vui quá hàng đệ tử tưởng lầm Thầy mình hết bịnh. Không Thầy bịnh mỗi ngày càng nặng cho tới khi ống trợ thở được gắn vào.

Chiều ngày 24 tháng 11, 2023 Thầy ra đi lòng nhẹ như tơ.

Trần Trung Đạo

PHỤ BẢN

NHỮNG BÀI THƠ PHỔ NHẠC ĐƯỢC TRÌNH BÀY TRONG NGÀY ĐẠI TƯỜNG CỦA THẦY

Khung trời hội cũ

Thơ: Tuệ Sỹ

Hoàng Ngọc-Tuấn phổ nhạc

Em(add9) Cmaj7 Esus4/B
thế Nay mùa đông mai mùa hạ buồn chăng Đếm tóc bạc tuổi đời chưa
Am6 B7sus4 Em(add9) Am7
đủ Bụi đường dài gót mỏi đi quanh. Đôi mắt ướt tuổi vàng khung trời hội
Em(add9) Am7 Em(add9)
cũ Áo màu xanh không xanh mãi trên đồi hoang Giờ ngó
Cmaj7 Esus4/B Am6 B7sus4 Am6
lại bốn vách tường ủ rũ Suối nguồn xa ngược nước xuôi
Em(add9) C#m7 G#m7 F#m7 B7sus4 A6
ngàn.
1. 2.
E(add6) E(add6) Cmaj7 Esus4/B
Đôi mắt... Giờ ngó lại bốn vách tường ủ
Am6 B7sus4 Am6 Em(add9) Am6 Em(add9)
rũ Suối nguồn xa ngược nước xuôi ngàn.

KHUNG TRỜI CŨ

Đôi mắt ướt tuổi vàng khung trời hội cũ
Áo màu xanh không xanh mãi trên đồi hoang
Phút vội vã bỗng thấy mình du thủ
Thắp đèn khuya ngồi kể chuyện trăng tàn

Từ núi lạnh đến biển im muôn thuở
Đỉnh đá này và hạt muối đó chưa tan
Cười với nắng một ngày sao chóng thế
Nay mùa đông mai mùa hạ buồn chăng

Đếm tóc bạc tuổi đời chưa đủ
Bụi đường dài gót mỏi đi quanh
Giờ ngó lại bốn vách tường ủ rũ
Suối rừng xa ngược nước xuôi ngàn.

OLD TIME FIRMAMENT

Wet eyes of the golden age amidst old time gatherings
The green dress not green for ever on the deserted hills
In a flash, realizing oneself a drifter
Lighting up the evening lamp and telling stories of the waning moon

From the cold mountains to the eternally silent seas
This rock top and that grain of salt have not disintegrated
How quickly evaporating is a smile to a sunny day
Winter nowadays and next, summer; is it cause for sadness?

The gray hairs counted outdistance life experiences
The long dusty road wearies the going round and round steps
Now I look back at the four walls drooping
The forest torrent far away standing opposite the water streaming down the mountains.

Poem by **Tuệ Sỹ**
Translated by **Bạch X. Phẻ**

Trăng

thơ Tuệ Sỹ
nhạc Hoàng Quốc Bảo

18
nhau từ vạn kiếp Nhìn nhau một thoáng qua
E7 A
nhau từ vạn kiếp Nhìn nhau một thoáng qua Nhà
22
Hò ho.. ho ho ho ho ho ho ho... Nhà
D Bm7 E
đạo nguyên không nói Trăng buồn trăng đi xa, Nhà
26
đạo nguyên không nói Trăng buồn trăng đi xa... Xa
E7 A
đạo nguyên không nói Trăng buồn trăng đi xa... Xa
30
nhau... xa nhau xa nhau...
E7 A
nhau... xa nhau xa nhau...

TRĂNG

Nhà đạo nguyên không khách
Quanh năm bạn ánh đèn
Thẹn tình Trăng liếc trộm
Bẽn lẽn núp sau rèm.

Yêu nhau từ vạn kiếp
Nhìn nhau một thoáng qua
Nhà đạo nguyên không nói
Trăng buồn trăng đi xa.

THE MOON

The monk's hut had no guests
A lam his friend year round
Furtive, the sky moon peeked
Behind a shade of clouds

Their mutual love, though ancient
Just shared a passing glance
As his response was silent
Away the sad moon danced.

Poem by **Tuệ Sỹ**
Translated by **Bạch X. Phẻ**; *Edited by* **Ian Bùi**

THE MOON

The monk's hut—no guests, no sound.
All year, his only friend: a trembling flame.
The Moon, in tender mischief, peeks inside—
Then blushes, hiding behind the curtain of clouds.

They have known each other through a thousand lives—
Yet tonight, only a glance, a passing shimmer.
The monk remains still, wordless in the dark—
And the Moon, saddened, drifts beyond the hills.

Poem by **Tuệ Sỹ**;
Loosely translated by **Thiên Nhạn**

ĐÔI MẮT THẦN TIÊN

Kính tặng Thầy Tuệ Sỹ

Đôi mắt ấy long lanh
Như sao đêm sâu thẳm
Bờ môi người thầm lặng
Nụ cười hiền trăm năm.

Cõi phù du Người đến
Hiện hữu giữa hư không
Bao triệu người thương mến
Tròn khuyết một tấm lòng.

Vẫn im lặng sấm sét
Vẫn hiên ngang nhẹ nhàng
Vẫn từ bi rõ nét
Bồ Tát Địa thênh thang.

Đôi mắt ấy long lanh
Niềm vui và hy vọng
Hạt sương gầy vừa đọng
Mặn ngọt cõi yêu thương!

Tâm Thường Định

ĐÔI MẮT THẦN TIÊN

(Kính tặng thầy Tuệ Sỹ)

Thơ: Bạch Xuân Phẻ
Nhạc: Phiêu Bồng

SPIRITUAL AND HOLY EYES

For Zen Master Thich Tue Sy

Those glittering eyes
emulate dark night stars;
Those taciturn lips
betray an everlastingly gentle smile.

In this ephemeral world He arrives.
In the Void He exists,
Beloved by millions
in unanimity without fail.

Always thunderously silent,
Always magnificently ethereal,
and yet distinctly compassionate,
He incarnates Bodhisattva.

Those glittering eyes
bring joy and hope:
A frail dew perches
upon the sweetness of love.

Phe X. Bach

NGỒI GIỮA THA MA

Thơ: Tuệ Sỹ
Nhạc: Nguyên Quang

Pop Ballad - Tempo 85

Sacramento, January 11, 2024

NGỒI GIỮA BÃI THA MA

I

Lửa đã tắt từ buổi đầu sáng thế
Một kiếp người ray rứt bụi tro bay
Tôi ngồi mãi giữa tha ma mộ địa
Lạnh trăng ngà lụa trắng trải ngàn cây
Khuya lành lạnh gió vào run bóng quỷ
Quỷ run run hôn mãi đống xương gầy
Khóc năn nỉ sao hình hài chưa rã
Để hồn tan theo đầu lửa ma trơi
Khi tâm tư chưa là gỗ mục
Lòng đất đen còn giọt máu xanh ngời.

II

Ta làm kẻ rong chơi từ hỗn độn
Treo gót hài trên mái tóc vào thu
Ngồi đếm mộng đi qua từng đọt lá
Rủ mi dài trên bến cỏ sương khô
Vì lêu lổng mười năm dài gối mộng
Ôm tình già quên bẵng tuổi hoàng hôn
Một buổi sáng nghe chim trời đổi giọng
Người thấy ta xô dạt bóng thiên thần
Đất đỏ thắm nên lòng người hăm hở
Đá chưa mòn nên lòng dạ trơ vơ
Thành phố nọ bởi mưa phùn nắng quái
Nên mười năm quên hết mộng đợi chờ.

III

Cầm lòng lại dấu chân ngày biệt xứ,
Cuộc buồn vui đâu hẹn giữa vô cùng.
Bờ bến lạ biết đâu mòn cuộc lữ

Để ta về uống cạn nét thu phong
Như cánh hải âu cuối trời biển lộng
Bồng bềnh bay theo cánh mỏng ngàn đời
Chạnh nhớ người xưa miền nguyệt ẩn
Thôi một lần thương gởi giữa mênh mông
Chiều lắng đọng thênh thang ghềnh đá dựng
Những nỗi buồn nhân thế cũng phôi pha,
Mầu nhiệm nào đằng sau bao huỷ diệt
Mà nụ hồng vừa nở thắm ven khe.
Khắp cả chốn đâu chẳng là tịnh độ,
Vô sự một đời trắc trở gì đâu,
Không phiền trược mong cầu chi giải thoát,
Cứ thong dong như nước chảy qua cầu.
Từ độ biết buồn câu sinh tử,
Bỏ nhà đi một thoáng riêng mình,
Mẹ già thôi khóc cho thân phụ,
Lại khóc cho đời ta phiêu linh.
Nhớ mẹ một lần trong muôn một,
Thương em biết vậy chẳng gì hơn,
Suối trăng về tắm bên đồi lạ,
Chiều thu sang hải đảo xanh rờn

IV

Một kiếp sống, một đoạn đường lây lất
Một đêm dài nghe thác đổ trên cao
Ta bước vội qua dòng sông biền biệt
Đợi mưa dầm trong cánh bướm xôn xao
Một buổi sáng mắt bỗng đầy quá khứ
Đường âm u nối lại mấy tiền thân
Ta đứng mãi trên suối ngàn vĩnh viễn
Mộng vô thường máu đỏ giữa hoàng hôn.

Tuệ Sỹ

SITTING AMIDST THE GRAVEYARD

I

Fire has been extinct since the genesis,
A lifetime harrowed by flipping ephemeral dust and ashes.
Persistently, I am sitting amidst the deserted cemetery,
The cold ivory moon emulates a ribbon
of silk spreading over myriad trees.
The frigid night rushes the cold wind into shaking
the silhouette of the devil,
The quivering devil keeps kissing a pile of skinny bones,
Supplicating that the bodies be disintegrated,
So their souls evanesce with the spectral burning sparks.
While consciousness has not yet turned into decayed wood,
The heart of the black earth still preserves the drops of enthusiastic
youth blood.

II

I'm a vagabond from chaos,
Hanging my shoes over my autumn hair.
I sit and count my dreams traversing each leaf,
Dropping my eyes long over the grassy shores of dried-up dew.
Because of the ten wandering years teeming with dreams,
I, embracing a love of old, forget all about my crepuscular age.
One morning, listening to the birds changing songs,
I saw shadows of angels being pushed aside,
The earth turning crimson red, breeding eagerness
in people's hearts,
Stones not being worn out and lonely becoming the souls.

That city of yesteryears imbibed with drizzles
and stifling evening heat
Has thusly discarded the ten years of waiting dreams.

III

I'm holding back emotions from the despondent imprints
of a life in exile,
Has the rendezvous of joy and sorrow
ever betided amidst immensity?
Who knows if the journey will end on faraway foreign shores
To let me go home and imbibe all the luscious Fall winds.
Emulating the seagull at the end
of the immense-sea-bordering horizon,
Forever floating in rhythm with its thin long wings,
Suddenly I remember my old flame of the land of the hidden moon;
Let it be evaporated into the immense universe.
Crepuscule is coagulating over the vast rocky cliffs,
Human sorrows are fading away.
What magical mysteries behind all the destruction
That nudge the roses to bloom gorgeously along
the bank of the brook?
Pure Land is ubiquitous
That brings about innocence and frees people
of stress and difficulties.
How can one aspire toward emancipation
if he does not worry about bad karma,
And remains lackadaisical like water streaming
indolently under the bridge?
Since the time I was aware of life and mortality,
In a trice, I left home just to be alone.
Mom had no sooner ceased to cry for Dad's departure
than she started to cry for my life as a drifter.

I remember Mom once and for all,
And acknowledge my love for my old flame all for naught.
The moon avalanche is taking a bath on the hill yonder,
The Fall evening is transposing itself onto
a deep green island.

IV

A lifetime, a journey of a vagrant,
A long night of listening to the cataract cascading from high above.
I hurriedly cross the faraway infinitely long river,
Waiting for the lasting rain amidst the flustered butterflies.
One morning, all the past suddenly flooded my eyes,
A somber path reconnected the prior karmas.
I keep standing persistently

Translated by Phe Bach

TÔI VẪN ĐỢI

Thơ: Tuệ Sỹ
Nhạc: Nguyên Quang

Sacramento, December 15, 2023

TÔI VẪN ĐỢI

Tôi vẫn đợi những đêm xanh khắc khoải
Màu xanh xao trong tiếng khóc ven rừng
Trong bóng tối hận thù, tha thiết mãi
Một vì sao bên khóe miệng rưng rưng.

Tôi vẫn đợi những đêm đen lặng gió
Màu đen huyền ánh mắt tự ngàn xưa
Nhìn hun hút cho dài thêm lịch sử
Dài con sông tràn máu lệ quê cha.

Tôi vẫn đợi suốt đời quên sóng vỗ
Quên những người xuôi ngược Thái Bình Dương
Người ở lại giữa lòng tay bạo chúa
Cọng lau gầy trĩu nặng ánh tà dương .

Rồi trước mắt ngục tù thân bé bỏng
Ngón tay nào gõ nhịp xuống tường rêu
Rồi nhắm mắt ta đi vào cõi mộng
Như sương mai, như ánh chớp, mây chiều.

Sài gòn 78

I AM STILL WAITING

In the deep, silent nights with agony, I am still waiting
The pale color, crying on the edge of the forest
In the darkness of hatred, forever earnest
A star shedding salty tears on the mouth's corner
In the dark night with calm wind, I am still waiting
The mystical, black eyes—
the soul of eyes from the ancient past
Looking deeply for history to prolong its course
Endless rivers of blood spilled on the fatherland
In this lifetime, forgetting the wave's crashes, I am still waiting
Forgetting those palindromic motions of the Pacific Ocean
Those who stay behind are in the hands of the tyrant
The thin reeds are heavier—the sunset ray
And immediately, the little body resides in the prison
Whose fingers are tapping into the mossed wall
Then, closing his eyes—into the realm of dreams
As morning dew, as lightning, as afternoon clouds.

Saigon 78

Poem by ***Thích Tuệ Sỹ / Thơ Tuệ Sỹ***
Translated by / ***Bạch X. Phẻ*** *dịch*

LIÊN LẠC

HỘI ĐỒNG HOẰNG PHÁP

Hòa thượng THÍCH NHƯ ĐIỂN
– Chánh Thư Ký HĐHP, GHPGVNTN
Viên Giác Pagoda. Karlsruher Str. 6, 30519 Hannover, Germany
Email: hdhp.ctk@gmail.com; Tel: +49 511 879 630

Hòa thượng THÍCH TÂM HÒA
– Trưởng Ban Bảo Trợ
Trung Tâm Văn Hóa Phật Giáo – Pháp Vân – Ontario
420 Traders Blvd E, Mississauga, ON L4Z 1W7, Canada
Email: thichtamhoa@gmail.com; Tel: +1 905-712-8809

Thượng Tọa. THÍCH NGUYÊN TẠNG
– Trưởng Ban Báo chí & Xuất bản
Quảng Đức Monastery, 105 Lynch Road,
Fawkner, Vic.3060 Australia
Email: hdhp.bbc@gmail.com; Tel: +61 481 169 631

www.ingramcontent.com/pod-product-compliance
Lightning Source LLC
LaVergne TN
LVHW050858051026
849532LV00006BA/2295